前瞻東協 系列叢書 2

專業泰語常用2000字

法政、商用、生活　中泰-泰中雙向查詢

洪銘謙 หง หมิง เชียน 主編

推薦序

　　台灣泰國文化暨語言交流協會（簡稱：台泰交流協會）秘書長洪銘謙老師致力台泰雙邊交流與泰語教學多年，有感於推廣台灣泰語教學與學習之迫切性與重要性，同時為補強台灣泰語教學資源與素材之不足，積極規劃編輯一本兼具通用性與實用性之中泰「雙語雙向」查詢之簡易詞典，欣見本詞典之出版並樂於推薦之。

　　東南亞與台灣關係之重要與密切，已不待多言。近年來台灣與東南亞互動發展更形強化與提升，特別是東協經濟共同體 (AEC) 2015年底正式成立以及2016年我國政府力推「新南向政策」，增進對東南亞國家全面性的瞭解日趨重要，而東南亞語言的學習是其中的關鍵。

　　泰國在東南亞區域經濟與東南亞國協事務中都具有舉足輕重的地位，也是台灣貿易投資與政府南向政策的指標國家；曼谷長年榮膺「全球最佳旅遊城市」，也是台灣最喜愛的觀光度假勝地首選。鑒於國內各界學習泰語的風氣日盛，對於兼具通用性與實用性的泰語教材與簡易對照的中泰詞彙詞典需求甚殷，本書的出版適逢其時且將對泰語的教學與學習提供助益。

　　本書編者洪銘謙老師擁有多年針對國內大學校院與民間團體的泰語教學經驗，同時進修東南亞研究的博士課程，對泰國的政治經濟與社會文化有廣泛與深入的理解；本書詞彙的選輯涵蓋法律政治、商務貿易以及生活文化，具有代表性與實用性，是泰語教學或泰語自學的利器。

陳 佩 修

台灣東南亞學會理事長

2016年12月於東京

推薦序

本人推廣泰語教學近三十年，首創泰語廣播教學節目製作、主持及編著之 "標準泰國語" 初級及中級課程，這套課程仍在教育電台泰語教學網站沿用至今，見證了殷切學習泰語的台灣民眾，因互相了解而越顯密切。目前在台灣，還有許多喜愛泰國文化的年輕人，也紛紛加入學習泰文的行列，這樣輝煌的成果歸功於三十年來所有泰語愛好者，包含學泰文、教泰文以及努力推廣泰國文化的每一位朋友。

我所認識的洪銘謙先生，目前擔任【台灣泰國文化暨語言交流協會-秘書長】，即本書作者，雖然投身泰語教學資歷尚淺，但他的努力及認真由本書內容中足以證明，不只對初學者，即使已有泰語基礎者都提供相當的幫助，更提供讀者另一種雙向學泰文的管道，由泰文字母排序和注音的排序作為讀者搜尋想要了解詞語的意思，本人也相信本書的發行有助於在台泰語發揚光大的重要動力之一。

李錫強

中華民國 105 年 12 月 12 日於台北

李錫強 ：教育廣播電台 【標準泰國語】節目製作、主持、編著
財團法人中央廣播電台泰語節目主持人
泰國貿易經濟辦事處投資顧問
泰國房地產獅王不動產 Lion Real Estate 顧問
台灣泰國文化暨語言交流協會榮譽顧問

推薦序

近年來全球化退燒，區域化正熱，自從 2016 年東盟啟動，與東南亞有關的學習議題已經逐漸升溫。對於語文學習，在台灣，歐美語系是主流，亞洲語系在一般人的想像中應該是以日、韓文最熱門。但是今年適逢政府推動「新南向政策」，泰國研究成了學術研究與經貿發展的熱門議題，這現象催化了學習泰語的人數日漸成長，泰語學習已經悄悄的形成一股不容小覷的勢力。

此書的出版，對於有志學習泰語或準備踏上泰國這塊樂土體驗人生的朋友而言，可說是一大福音。作者銘謙多年來研究泰國文化及泰語教學，現在正以奮鬥前進之姿參與各項泰國研究議題，此書的出版，便是他熱愛泰國、發願推廣泰國研究的具體展現。

本人八歲隨父親經商到泰國求學定居，至今已經超過四十年，因為就讀在地小學，泰語便是本人在學校就學的生活語言。本人拜讀此書後，對於銘謙前賢的用心與熱誠深感敬佩，也在此推薦對泰語有興趣的朋友，此教材值得您品味與精讀。

最後，很榮幸能獲得作者洪銘謙前賢的邀請，賜予機會為此書的出版發表感言，泰國這個國家具有豐富的歷史文化與生活哲學，希望泰語學習不只是單純成為語言學習的主流科目，而是在泰語學習的過程中，學習者能深入體會泰國文化及風土民情，感受到泰國受到世人喜愛的人文素養。銘謙前賢已經為此邁步向前，本人以感佩的心情祝福他，更祝福學習泰語的朋友們能從此書的學習中增添無窮的樂趣！

張玲琴序於泰國北纜府

2016.12.7
泰國 BDI 集團副董事長
泰車展股份有限公司董事長
泰國台灣商會聯合總會 副總會長
泰國台灣科技學院（BDI）創辦人
台灣泰國文化暨語言交流協會榮譽顧問

推薦序

"泰語，前進泰國人力資源市場的入場卷"

"沙瓦地卡"，一句親切的問候，這是人們對泰國第一印象。
"微笑的國度"，更是道出每位觀光客心中對泰國這個旅遊聖地的嚮往。

絕大多數的人們對於泰國的認知，都停留在陽光、沙灘、美食、人妖秀、購物天堂…等，實際上泰國由於優越的地緣關係，在東南亞有著舉足輕重的戰略地位。尤其未來規劃的泛亞鐵路開通之後，泰國剛好位於轉運中心位置，將來往西可通越南、柬埔寨; 往東到可通緬甸、印度; 往南可通馬來西亞、新加坡; 往北可通往寮國、中國，鐵路網絡四通八達，**將是東協經濟共同體的運作核心。**

基於泰國發展的潛力及外資的大力支持下，房地產業、旅遊業、電子商務、服務業及進出口貿易公司…等產業日漸興盛，來自台灣及中國到泰國投資之華人企業也與日俱增。**因為泰國是東南亞唯一沒有被西方列強或日本帝國主義殖民的國家，**官方語言**泰語有其獨特性及不可取代性**，外來投資者在不熟悉泰語的情況下，在管理上及業務上常常是雞同鴨講、事倍功半。所以泰國的人力資源市場上，具備中泰語專業的人才一直供不應求。

由於台灣對於泰語教學、與泰國大學建教交換學生方面相較於中國起步較晚，且相關教材及資源也十分有限的情況下，泰國人材市場上除了泰國本地的華僑之外，幾乎有**70%以上的泰語專業人才都來自中國。**所以中資企業近幾年在泰國投資發展的相當迅速，**其中人才上的優勢是非常大的主因。**

當我在因緣際會下認識台灣泰國文化暨語言交流協會（**台泰交流協會**）的洪銘謙秘書長，知道該協會在台灣一直很努力的在推動泰語教材、泰語教學、泰語檢定、泰語專業人材培育，增加台灣人才在國際之間的競爭力，一直感到相當的欽佩。而 **"專用泰語常用 2000 字"** 一書其中涵蓋法政、商務及日常生活…等非常實用的泰語字彙，絕對是台灣目前現階段最好的泰語教材，適合對泰語有興趣的朋友透過自學方式建立自已的泰語基礎。

蔡鳳柏序於泰國曼谷

泰國威名運輸報關有限公司創辦人/總經理
泰國台商運輸聯誼會秘書長
台灣泰國文化暨語言交流協會榮譽顧問

推薦序

語言能力是新南向必要的裝備

　　語言是民族文化的靈魂，**學習東南亞各國的語言是學子新南向必要的裝備，透過語言的學習可以達成更好的文化理解交流與有效的商業溝通。**

很高興看洪銘謙秘書長出版《商法政常用泰語詞彙》的專業泰語新書，針對法政、商用、生活，設計中泰和泰中雙向查詢，幫助讀者迅速有效的理解泰語。這是本很便利的工具書，相信對國人理解面對泰皇剛過世、新皇登基等遽變中的泰國政治經濟面貌，有很即時性的幫助。洪銘謙是暨南大學東南亞學系的博士候選人，長期專研東南亞社會與文化，精通泰國語，並在全國各地開班授課，推廣學習泰語的風潮，認識泰國社會與文化，他學養俱佳，教學生動活潑，是非常受學生歡迎的年輕講師。

他也參與籌組台灣泰國文化暨語言交流協會，是推廣台泰交流的生力軍，祝賀專書出版順利成功，台泰交流再添新章，兩國友誼永續。

王雅萍序於政大

2016.12.05

政大民族系副教授兼系主任

台灣泰國文化暨語言交流協會常務監事

戴序

　　東南亞國家長期不受注意！即便東南亞國家自本世紀初起，就已經開始發生重大的政治及經濟變化，經濟利益的綜合產物。

　　目前台灣政府正努力推動新南向政策，在政策推動的過程中，人才培育是最重要的部分。在過去，東南亞的研究者多半仰賴英文等二手資料，要瞭解一國社會必須從語言開始。

　　在東南亞國家中，泰國一向與台灣友好，雙方互動往來相當密切，也有不少[哈泰族]，但是語言學習一直是台灣認識泰國的重大障礙。因此有一本泰文學習的工具書是相當重要的。

　　本書作者洪銘謙先生目前擔任台灣泰國交流協會秘書長，不僅長期關注泰國事務，也有多年在大專院校教授泰語的經驗，學有專精。本書的出版提供一個相當重要的工具，期待出版後的學習能夠提供讀者學習泰國的興趣，拉近台灣與泰國的距離。

戴萬平
正修科技大學國技企業系副教授
台灣東南亞學會秘書長
高雄市澄清湖 民國105年12月

คำนิยม

ประเทศไทยเป็นประเทศที่มีสำคัญในภูมิภาคอาเชียตะวันออก
เฉียงใต้ ไม่ว่าจะเป็นด้านเศรษฐกิจ การค้าการลงทุน และ
วัฒนธรรม โดยเฉพาะด้านการท่องเที่ยว มีนักท่องเที่ยวต่างชาติ
เดินทางมาประเทศไทยประมาณ 30 ล้านคนต่อปี ดังนั้น การเรียนรู้
ด้านภาษาและวัฒนธรรมไทยสำหรับชาวต่างชาติจึงได้รับความ
นิยมเพิ่มมากขึ้น ในขณะเดียวกัน การเรียนภาษาไทยในไต้หวันก็
ได้รับความนิยมมากขึ้น ไม่ว่าจะเป็นการเรียนในระดับ
สถาบันการศึกษา หรือสถาบันกวดวิชา จำนวนผู้เรียนภาษาไทย
เพิ่มขึ้นอย่างต่อเนื่อง หนังสือเล่มนี้จึงเป็นเครื่องมือที่จะช่วยให้
ผู้เรียนสามารถเรียนรู้ภาษาไทยได้ด้วยตัวเอง และเพิ่มพูนคำศัพท์
ภาษาไทยอีกด้วย ซึ่งน่าจะเป็นประโยชน์ต่อการท่องเที่ยวหรือการ
ทำงานในประเทศไทยในอนาคต

โอฬาร สุมนานุสรณ์)林漢發 (

อาจารย์ประจำสาขาวิชาภาษาจีนธุรกิจ คณะศิลปศาสตร์
Panyapiwat Institute of Management, Thailand

推薦序

　　台灣早期編輯泰語教學專業書籍的開山始祖是張君松老師，接著也有零零星星的後起之輩，但由於一直以來在台灣只有少數人有興趣學習泰文，因此在台灣，泰文教材的發展比較侷限與旅遊介紹和基礎口語對話。泰文教學的後起之輩如洪銘謙老師致力於在台灣推廣東南亞文化及泰語教學有著很長的一段時間，由於有洪老師及一些有志之士的專注和執著，在台灣學習泰文學生的人數正逐年增長。再加上政府推行新南向政策，鼓勵企業開發東南亞市場，而位於東協十國中心的泰國，一直有著東南亞的肚臍之稱，泰國在引領東南亞經濟發展的地位日趨重要，更加上中國政府的大力介入，大量的資金挹注泰國，幫助泰國地方的基礎建設，在一帶一路的經濟規劃中因泰國得天獨厚地理位置，讓泰國在東南亞經濟地位的重要性一躍而上。泰文漸漸由名不見經傳的小語種慢慢的撥雲見日的被國人所重視。也因此過去偏向以旅遊和基礎口語的泰文學習方式已不夠滿足目前和未來泰語學習者的需求，在台灣的學習者逐漸的開始尋找更能滿足其專業需求的教材。

　　回想起我和洪老師的相識是一個機緣巧合下的緣份，我來到泰國發展將近七年的時間，生活在泰國，學習泰文即是為了生活也是為了興趣，洪老師所創立的「台灣泰國文化暨語言交流協會」，長久以來一直是我在臉書中所關注的粉絲專頁，在一次的留言對話中得知洪老師來到了泰國與當地的台商做交流。因此順道請洪老師到我任教的曼谷大學國際學院參觀，並且針對第二外語教學互相分享彼此的教學經驗，切磋交換教學心得。洪老師也對我提及目前台灣學習泰文的現況，他對泰文教學有熱情有夢想，即使目前台灣的泰語推廣現況能是阻礙重重，在有限的資源下並不容易，但身為泰文教學的先驅，他願意不畏艱難，勤勤懇懇的一步一腳印的去實踐自己推廣東南亞文化和泰文的理想，就這份堅毅不拔的精神令人不得不佩服他對泰文教學的貢獻。

　　由洪銘謙老師所編著的這本專業泰語常用單字字典是泰中和中泰雙向查詢，主要針對三大區塊，法政，商用和生活中常見的單詞，不只是讓才初入泰文領域學習的基礎學生可以方便查詢，而中上程度的學生更可透過泰中查詢提高自己對泰文單詞的熟悉度。目前在台灣學習泰文的環境中正需要這麼一本可以輔助學生，讓泰文學習者能更準確使用泰文的輔助工具書。希望藉由這本書的發行可以幫助目前正在學習泰文的學生突破學習困境。更甚者，這本工具書的發行有助於目前正在泰國經商，學習和工作生活的國人，我們可以拿著這本工具書隨時查詢我們需要用的單詞和當地人即使交流幫我們解決生活上的疑難雜症，感謝洪老師花費這麼多心力和時間編輯此書。

筆者, 王雅卉

Coordinator for ForeignerLanguage
at Bangkok University International

作者序

2013 年一群喜愛泰國語言文化的夥伴們一起在台北車站救國團中心發起「臺灣泰國文化暨語言推廣協會」，經過兩年的推動在 2015 年 5 月 2 日正式成立，2016 年年初東協一體化正式成立，2016 年 6 月為因應台泰間的密切交流與往來以及推廣任務的階段性完成，協會正式更名為「台灣泰國文化暨語言交流協會」（簡稱：台泰交流協會），並以在台灣推動成立「泰國系」或「泰國系」為目標，持續不斷在各縣市推動泰語教育，並透過泰語教學研究論壇將台灣泰語界人才集結，共同以推動在地化的泰語教學為目標進行研討。

在這漫長的泰語推動過程中，因為缺乏政府與大專院校的支持，台灣的泰語教育資源相對於中國來的匱乏，自筆者 2010 年接觸泰國研究起，便發現中國在東協教育的用心，國家資源的投入造就了人才的成長逐步領先台灣，筆者認為並非台灣沒有能力栽培泰語人才，而是台灣從沒有認真經營泰語人才培養的工作，以至於原本在泰國具有各種優勢的台灣逐步被超越。因此筆者便於 2016 年初發起台泰之星-外派泰國工作暨實習計畫，希望讓更多台灣大專院校的泰語學習者能夠透過此計畫前往泰國工作，為求掌握人才素質，台泰交流協會自 2014 年起便透過台灣資深泰語教師張君松老師的推動，舉辦台灣的泰國語文檢定測驗，至 2016 年已經第三屆，並成功於 2016 年 8 月開始將台灣的泰語人才與泰國台商進行媒合，逐步將夢想完成。

但台灣的泰語教育資源匱乏問題並未解決，長期以來台灣缺乏一本專業的中泰字典或泰中字典，各種專業的泰語課程也沒有大專院校支持開設，因此筆者便於 2016 年 5 月開始發起「專業泰語 2000 字-法政、商用、生活」的製作，此規劃其實也曾經是筆者的一個遺憾的夢想，2015 年筆者與一群暨大的同學們，希望透過暨南大學圓夢計畫的經費製作一本「中泰簡易字典」，但遺憾最後經費未申請成功而作罷。隨著筆者開始於大葉大學、屏科大授課後，更加發現字典的重要性，便重新將這個計畫提出，自費尋找家境貧困但認真學習泰語的學生來協助，並透過筆者在大葉大學及屏科大開設之商業泰語及專屬工學院學生的基礎泰語課程，讓筆者的學生有更多泰語學習資源可以獲得。為推動泰語教語與台泰交流，筆者將把本書所得全數捐給「台灣泰國文化暨語言交流協會」，期盼透過公益之舉逐步改變台灣的社會，並提供給更多有心前往泰國築夢的青年們一個機會，讓他們具備更多專業能力前往開拓自己的夢想，同時也希望這本專用單字書籍的出版能讓更多學習者獲得更多專業知識，期盼有更多人喜歡且努力的學習泰語。

＊筆者學識尚淺，若有編著不全之處，待請各界前輩多多指導。

筆者　洪銘謙　2016 年 8 月 20 日

於泰國北纜府

目錄

第二部分 中泰－商業詞彙

第三部分　中泰－法政詞彙

第四部分　中泰－商業詞彙

第四部分　中英泰 日常分類詞彙

第一部份 泰中－法政基礎泰語

泰文	中文	英文
ก		
กฎกระทรวง	政府規章條例	ministerial regulation
กฎข้อบังคับ	政府規則	rule
กฎจราจร	交通規則	traffic regulation
กฎธรรมชาติ	自然規律	natural law
กฎบัตรสหประชาชาติ	聯合國憲章	The Charter of the United Nations
กฎบัตรอาเซียน	東協憲章	ASEAN Chater
กฎมณเฑียรบาล	宮廷法規	palace law
กฎหมาย	法律	law
กฎหมายการค้า	商業法	commercial law
กฎหมายคุ้มครองผู้บริโภค	消費者權益保護法	consumer protection law
กฎหมายประกอบรัฐธรรมนูญ	憲法附加法	organic law
กฎหมายต่อต้านการผูกขาด	反壟斷法	antitrust law
กฎหมายพาณิชย์	商法	commercial law

กฎหมายแพ่ง	民法	civil law
กฎหมายมหาชน	公法	public law
กฎหมายระหว่างประเทศ	國際公法	international law
กฎหมายแรงงาน	勞動法	labour law
กฎหมายล้มละลาย	破產法	bankruptcy law
กฎหมายเลือกตั้ง	選舉法	electoral law
กฎหมายว่าด้วยการจัดตั้งและดำเนินกิจการบริษัท	公司法	company law
กฎหมายอาญา	刑法	criminal law
กฎหมายเอกชน	私法	private law
กฎอัยการศึก	戒嚴令	martial law
กบฏ	反叛者	insurgent
กรม	(政)廳	Government department, bureau
กรมการแพทย์	醫務廳	Medical Department
กรมการกงสุล	領事司	Department of Consular ffairs
กรมการขนส่ง	運輸廳	Department of Transport
กรมการขนส่งทางบก	陸運廳	Department of Land Transport

กรมการค้าภายใน	國內貿易廳	Department ofDomestic Trade
กรมการค้าระหว่างประเทศ	對外貿易廳	Department of Foreign Trade
กรมการเงินกลาโหม	國防部財政廳	Defence Finance Department
กรมการจัดหางาน	就業廳	Department of Employment
กรมการทหารช่าง	工程兵團	Engineer Regiment
กรมการบินพลเรือน	民用航空廳	Department of Civil Aviation
กรมการปกครอง	地方行政廳	Department of Procincial Administration
กรมการพลังงานทหาร	軍事能源廳	Defence Energy Department
กรมการพัฒนาชุมชน	社區發展廳	Community Development Department
กรมการศาสนา	宗教事務廳	Department of Religious Affairs
กรมการอุตสาหกรรมทหาร	國防工業廳	Defence Industrial Department
กรมควบคุมโรค	疾病控制廳	Department of Managed Trade
กรมควบคุมการค้า	貿易管理廳	Pollution Control Department
กรมควบคุมมลพิษ	汙染控制廳	Pollution Control Department
กรมคุ้มครองสิทธิและเสรีภาพ	權利與自由保護廳	Rights and Liberties Protection Department

กรมคุมประพฤติ	緩刑廳	Department of Probation
กรมเจรจาการค้าระหว่างประเทศ	對外貿易談判廳/國際貿易談判廳	Department of Trade Negotiations
กรมเจ้าท่า	港務廳	Harbor Department
กรมชลประทาน	水利廳	Department of Irrigation
กรมเชื้อเพลิงธรรมชาติ	自然燃料廳	Department of Mineral Fuels
กรมตรวจคนเข้าเมือง	移民局	Immigration Bureau
กรมตรวจบัญชีสหกรณ์	審核合作社財政廳	Cooperative Auditing Department
กรมตำรวจ	警察廳	Police Department
กรมทรัพย์สินทางปัญญา	知識產權廳	Department of Intellectual Property
กรมทรัพยากรทางทะเลและชายฝั่ง	海洋及海岸資源廳	Department of Marine and Coastal Resource
กรมทรัพยากรธรณี	地質資源廳	Department of Underground Resource
กรมทรัพยากรน้ำ	水利資源廳	Department of Water Resource
กรมทรัพยากรน้ำบาดาล	地下水資源廳	Department of Groundwater Resource

กรมทหารราบ	步兵營	Infantry Barralion
กรมทางหลวง	公路廳	Department of Highways
กรมทางหลวงชนบท	農村公路廳	Department of Rural Roads
กรมที่ดิน	地產廳	Department of lands
กรมธนารักษ์	財政廳	Treasury Department
กรมธรรม์ประกันภัย	保險單	insurance policy
กรมธุรกิจพลังงาน	能源商業廳	Department of Energy Business
กรมบังคับคดี	法律施行廳	Legal Execution Department
กรมบัญชีกลาง	中央會計廳	Comptroller General Department
กรมประชาสงเคราะห์	民眾救助廳	Public Welfare Department
กรมประชาสัมพันธ์	民眾聯絡廳	Public Relations Department
กรมประมง	水產廳/漁業廳	Department of fisheries
กรมปศุสัตว์	畜牧廳	Department of Livestock Breeding
กรมป้องกันและบรรเทาสาธารณภัย	公共災難預防與救助廳	Department of Disaster Prevention and Mitigation
กรมป่าไม้	林業廳	Department of Forestry
กรมไปรษณีย์โทรเลข	郵電廳	Posts and Telegraph Department
กรมพัฒนาธุรกิจการค้า	商業註冊廳	Department of Commercial Registration

กรมแผนที่ทหาร	陸軍測繪廳	Ordnance Survey Department
กรมพระธรรมนูญ	軍法廳	Department of Military Law
กรมพลศึกษา	體育廳	Department of Physical Education
กรมพัฒนาการแพทย์แผนไทยและการแพทย์ทางเลือก	泰醫與其他替代醫式發展局	Development of Thai Traditional & Alternative Midicine Ministry of Public Health
กรมพัฒนาชุมชน	村社發展廳	Department of Village Development
กรมพัฒนาทีดิน	土地開發廳	Department of Land Development
กรมพัฒนาธุรกิจการค้า	商務展廳	Department of Business Development
กรมพัฒนาฝีมือแรงงาน	職業訓練廳	Department of Skill Development
กรมพัฒนาพลังงานทดแทนและอนุรักษ์พลังงาน	替代能源開發和能源保護廳	Department of Alternative Energy Development and Efficiemcy
กรมพัฒนาสังคมและสวัสดิการ	社會開發與福利廳	Department of Social Development and Welfare
กรมพินิจและคุ้มครองเด็กและเยาวชน	青少年觀察和保護廳	Department of Juvenile Observation and Protection

กรมพิธีการทูต	禮賓廳	Department of Protocal
กรมยุทธโยธาทหารบก	陸軍事工程廳	Military Works Department
กรมยุทธศึกษาทหารเรือ	海軍教育廳	Naval Education Department
กรมยุทธศึกษาทหารบก	軍事教育廳	Army Training Command
กรมยุทธการทหารอากาศ	空軍教育廳	Directorate of Education and Training
กรมโยธาธิการและผังเมือง	市政工程與城市規劃廳	Department of Public Works and Town & Country Planning
กรมรักษาดินแดน	保衛國土廳	Department of Territorial Defense
กรมราชทัณฑ์	刑務廳	Penitentiary Department
กรมราชองครักษ์	國王警衛廳	Royal Aide-De-Camp Department
กรมโรงงานอุตสาหกรรม	工廠管理廳	Department of Industrial Works
กรมวิชาการเกษตร	農業學廳	Department of Agriculture
กรมวิทยาศาสตร์การแพทย์	醫學科學廳	Department of Mediacl Science

กรมวิทยาศาสตร์ทหารบก	陸軍科學廳	Department of Army Science
กรมวิทยาศาสตร์บริการ	科學服務廳	Department of Science Service
กรมวิสามัญศึกษา	專業教育廳/特別教育廳	Secondary Education Department
กรมวิทยาศาสตร์บริการ	科學廳	Department of Science Service
กรมศิลปากร	藝術廳	Department of Fine Arts
กรมศุลกากร	海關廳	Department of Customs
กรมเศรษฐกิจระหว่างประเทศ	國際經濟司	Department of International Economic Affairs
กรมส่งเสริมการเกษตร	農業促進廳	Department of Agricultural Extension
กรมส่งเสริมการค้าระหว่างประเทศ	出口促進廳	Department of International Trade Promotion
กรมส่งเสริมการปกครองท้องถิ่น	區域行政促進廳	Department of Local Administration
กรมส่งเสริมคุณภาพสิ่งแวดล้อม	環境質量促進廳	Department of Environmental Quality Promotion

กรมส่งเสริมสหกรณ์	合作社促進廳	The Cooperative Promotion Department
กรมส่งเสริมอุตสาหกรรม	工業促進廳	Department of Industrial Promotion
กรมสนธิสัญญาและกฎหมาย	條約與法律司 (條法司)	Department of Treaties and Legal Affairs
กรมสนับสนุนบริการสุขภาพ	健康服務促進廳	Department of Health Service Support
กรมสรรพสามิต	國貿稅廳	Excise Department
กรมสรรพากร	稅務廳	Revenue Department
กรมสรรพาวุธทหารเรือ	海軍軍械廳	Naval Ordnance Department
กรมสวัสดิการและคุ้มครองแรงงาน	勞工保護與福利廳	Department of labour protection and welfare
กรมส่งเสริมสหกรณ์	合作社促進廳	Cooperatives Promotion Department
กรมสอบสวนคดีพิเศษ	特別案件調查廳	Department of Special Investigation
กรมสามัญศึกษา	普通教育廳	Department of Elementary Education
กรมสื่อสารอิเล็กทรอนิกส์ทหารอากาศ	空軍通訊廳	Directorate of Communication and Electronics

กรมสารนิเทศ	新聞情報司	Department of Information
กรมสุขภาพจิต	精神健康廳	Department of Mental Health
กรมเสนาธิการกลาโหม	國防部總參謀廳	Department of Defense General
กรมองค์การระหว่างประเทศ	國際機構司	Department of International Organizations
กรมอนามัย	衛生廳	Public Health Department
กรมอาเซียน	東南亞國家聯盟事務廳	Department of Asian Affairs
กรมอาชีวศึกษา	職業教育廳	Department of Vocational Education
กรมอุตสาหกรรมพื้นฐานและการเหมืองแร่	基礎工業和礦產廳	Department of primary Industries and Mines
กรมอุตุนิยมวิทยา	氣象廳	Meteorological Department
กรมอุทกศาสตร์	海軍水文廳	Department of Hydrographic Service
กรมอุทยานแห่งชาติสัตว์ป่าและพันธุ์พืช	國家公園,野生動植物和植物保護廳	Department of National Parks, Wildlife and Plant Conservation
กรมการป้องกันและปราบปรามการทุจริตแห่งชาติ	國家肅貪委員會委員	National Anti-Corruption Commission

กรมอู่ทหารเรือ	海軍船塢廳	Department of Naval Dockyards
กรรมการผู้ทรงคุณวุฒิ	資深委員	qualified member
กรรมาธิการ	委員會委員	member of the committee
กรรมาธิการเต็มสภา	全體委員會委員	member of the committee of the whole House
กรรมาธิการร่วมกัน	聯合委員會委員	member of the joint committee
กรรมาธิการวิสามัญ	專門委員會委員	member of the select committee
กรรมาธิการสามัญ	普通委員會委員	member of the standing committee
กระทรวง	政府部	ministry
กระทรวงกลาโหม (กห.)	國防部	Ministry of Defence
กระทรวงการคลัง (กค.)	財政部	Ministry of Finance
กระทรวงการต่างประเทศ (กต.)	外交部	Ministry of Foreign Affairs
กระทรวงการท่องเที่ยวและกีฬา (กก.)	觀光體育部	Ministry of Tourism and Sports
กระทรวงการพัฒนา	社會發展和人類安全部	Ministry of Social Development and Human

สังคมและความมั่นคงของมนุษย์(พม.)		Security
กระทรวงเกษตรและสหกรณ์ (กษ.)	農業合作部	Ministry of Agriculture and Cooperatives
กระทรวงคมนาคม (คค.)	交通部	Ministry of Transport and Communications
กระทรวงทรัพยากรธรรมชาติและสิ่งแวดล้อม(ทส.)	自然資源和環境部	Ministry of Natural Resources and Environment
กระทรวงเทคโนโลยีสารสนเทศและการสื่อสาร (ทก.)	信息通信部	Ministry of Information and Communication Technology
กระทรวงพลังงาน (พน.)	能源部	Ministry of Energy
กระทรวงพาณิชย์ (พณ.)	商業部	Ministry of Commerce
กระทรวงมหาดไทย (มท.)	內務部/內政部	Ministry of Interior
กระทรวงยุติธรรม	司法部	Ministry of Justice

(ยธ.)		
กระทรวงแรงงาน (รง.)	勞工部	Ministry of Labour
กระทรวงวัฒนธรรม (วธ.)	文化部	Ministry of Culture
กระทรวงวิทยาศาสตร์ และเทคโนโลยี (วท.)	科學技術部	Ministry of Science and Technology
กระทรวงศึกษาธิการ (ศธ.)	教育部	Ministry of Education
กระทรวงสาธารณสุข (สธ.)	衛生部	Ministry of Public Health
กระทรวงอุตสาหกรรม (อก.)	工業部	Ministry of Industry
กระทำความผิดฐาน ทุจริตต่อหน้าที่	以權謀私罪	commit an offence of corruption
กระทำความผิดต่อ ตำแหน่งหน้าที่ ราชการ	瀆職罪	commit a malfeasance in office
กระทู้ถาม	質詢	interprllation

กระทู้ถามด่วน	緊急質詢	urgent interprllation
กระทู้ถามทั่วไป	普通質詢	ordinary interprllation
กระทู้ถามสด	現場質詢	verbal interprllation
กระบวนการตราพระราชบัญญัติ	條例的制訂程序	legislative procedure
กระบองไฟฟ้า	店警棍	electric stick
กระบองตำรวจ	警棍	baton
กรอบความร่วมมือ: การประชุมเอเชีย-ยุโรป	亞歐合作框架	Asia-Europe Cooperation Framework (AECF)
กลุ่มแนวร่วมประชาธิปไตยต่อต้านเผด็จการแห่งชาติ (กลุ่มเสื้อแดง)	人民反獨裁民主聯盟/反毒聯/紅衫軍	National United Front of Democracy Against Dictatorship (UDD)
กลุ่มประเทศผู้ส่งน้ำมันเป็นสินค้าออก	石油輸出國組織	Organization of Petroleum Exporting Countries (OPEC)
กลุ่มพันธมิตรประชาชนเพื่อประชาธิปไตย (กลุ่ม	人民民主聯盟/民盟/黃衫軍	The People's Alliance for Democracy (PAD)

เสื้อเหลือง)		
กองการสัสดี	兵役廳	Recruiting Department
กองเกียรติยศ	儀仗隊	honour guard
กองกำลังคุ้มกัน	警衛隊	escorts
กองกำลังรักษาดินแดน	國民警衛隊	National guard
กองทัพ	軍隊	troops
กองทัพเรือ	海軍軍隊	Royal Navy
กองทัพบก	陸軍軍隊	Royal Army
กองทัพอากาศ	空軍軍隊	Royal Air Force
กองทุน	基金	fund
กองทุนการเงินระหว่างประเทศ	國際貨幣基金組織	International Monetary Fund (IMF)
กองทุนเพื่อกิจกรรมประชากรแห่งสหประชาชาติ	聯合國人口活動基金會	UN Fund for Population Activities (UNFPA)
กองทุนเพื่อควบคุมการใช้ยาในทางที่ผิดแห่งสหประชาชาติ	聯合國管制麻醉品濫用基金	UN Fund for Drug Abuse Control (UNFDAC)

กองทุนระหว่าง ประเทศเพื่อการ พัฒนาเกษตรกรรม	國際農業發展基金會	International Fund for Agricultural Development (IFAD)
กองทุนเพื่อเด็กแห่ง สหประชาชาติ	聯合國兒童基金會	UN Children's Fund (UNICEF)
กองบัญชาการ	司令部	military upper command
กองบัญชาการ กองทัพเรือ	海軍司令部	Royal Thai Navy Headquarters
กองบัญชาการทหาร สูงสุด	最高司令部	The Supreme Command Headquarters
กองพล	師	a division
กองพัน	營	batta-loin
กองร้อย	連	company
กองหนุน	後備軍	reserve troops
การกีฬาแห่งประเทศ ไทย	泰國體育局	Sports Authority of Thailand
การแก้ไขกฎบัตร สหประชาชาติ	修訂《聯合國憲章》	Amendment to the Charter of the United Nations
การเคหะแห่งชาติ	國家住房局	National Housing Authority

การชันสูตรศพ	驗屍	autopsy
การท่องเที่ยวแห่งประเทศไทย	泰國旅遊局	Tourism Authority of Thailand
การท่าเรือแห่งประเทศไทย	泰國港務局	Port Authority of Thailand
การทางพิเศษแห่งประเทศไทย	泰國高速公路和高速運輸局	Expressway Authority of Thailand
การนิคมอุตสาหกรรมแห่งประเทศไทย	泰國工業區管理局	Industrial Estate Authority of Thailand
การเนรเทศ	驅逐出境	deportation
การบริหารราชการแผ่นดิน	公共行政	public administration
การประชุมคณะกรรมาธิการ	委員會會議	meeting of the committee
การประชุมร่วมกันของรัฐสภา	國會聯席會議	joint sitting of the National Assembly
การประชุมลับ	秘密會議	conclave
การประชุมวุฒิสภา	上議院會議	sitting of the Senate
การประชุมสภาโดย	國會公開會議	public sitting

เปิดเผย		
การประชุมสภา ผู้แทนราษฎร	下議員會議	sitting of the House Representatives
การประปานครหลวง	京都供水管理	Metropolitan Waterworks Authority (Thailand)
การประปาส่วน ภูมิภาค	地方供水管理	Provincial Waterworks Authority
การปิโตรเลียมแห่ง ประเทศไทย	泰國國家石油 管理局	Petroleum Authority of Thailand
การแปรรูป รัฐวิสาหกิจ	私有化	privatization
การฝึกทหาร	軍事訓練	drill
การพัฒนาชุมชน	社區發展	community development
การพัฒนาฝีมือ แรงงาน	技能發展	skill develpoment
การพิจารณาในขั้น กรรมาธิการ	在委員會審查 程序中	consideration at the committee stage
การไฟฟ้านครหลวง	首都電力局	Metropolitan Electricity Authority
การไฟฟ้าฝ่ายผลิต แห่งประเทศไทย	泰國發電管理 局	Electricity Generating Authority of Thailand

การไฟฟ้าส่วนภูมิภาค	地方電力局	Provincial Electricity Authority
การเมือง	政治	politics
การยุบสภา	解散議會	dissolution of parliament
การรถไฟแห่งประเทศไทย	泰國鐵道局	State Railway of Thailand
การรถไฟฟ้าขนส่งมวลชนแห่งประเทศไทย (รฟม.)	泰國捷運運輸局	Mass Rapid Transit Authority of Thailand
การลงคะแนนเสียง	投票	vote
การเลือกตั้งแบบแบ่งเขตเลือกตั้ง	分區制選局	election on a constituency basis
การเลือกตั้งแบบบัญชีรายชื่อ	政黨名單制選舉	Part-list proportional representation
การสอบปากคำ	審訊	interrogate
การสืบสวนที่เกิดเหตุ	現場勘查	spot investigation
การสื่อสารแห่งประเทศไทย (กสท.)	泰國電信局	Communications Authority of Thailand
การอภิปรายทั่วไป	普通討論	general debate
กุญแจ	鑰匙	key

กุญแจมือ	手銬	handcuff
แก้ไขเพิ่มเติม	1.增訂 2.修改	amend
แก้ไขเพิ่มเติมข้อบังคับการประชุม	修訂會議規定	amend the rules of procedure
แก้ไขเพิ่มเติมรัฐธรรมนูญ	修訂憲法	amend the Constitution
ข		
ข้อกล่าวหา	罪狀	accusation
ของกลาง	證物	stolen property
ข้อบังคับการประชุมรัฐสภา	國會的議事規定	rules of procedure of the National Assembly
ข้อบังคับการประชุมวุฒิสภา	上議院的議事規定	rules of procedure of the Senate
ข้อบังคับการประชุมสภาผู้แทนราษฎร	下議院的議事規定	rules of procedure of the House of Representatives
ข้อสังเกตของคณะกรรมาธิการ	委員會注意事項	observation of the committee
ขัดข้อบังคับการประชุม	違反議事規定	contrary to the rules of procedure

ขัดต่อบทบัญญัติแห่งรัฐธรรมนูญหรือกฎหมาย	違反法律或憲法規定	contrary to the provisions of the Constitution or law
ขัดหรือแย้งต่อรัฐธรรมนูญ	違憲	contrary to or inconsistent with the Constition
ขาดจากสมาชิกภาพ	終止會員資格	termination of membership
ขาดประชุมสภา	缺席會議	absent from sitting
ข้าราชการ	公務員	civil servant
ขีปนาวุธ	導彈	missile
เขตการค้าเสรีอาเซียน	東協自由貿易區	ASEAN Free Trade Area (AFTA)
เขตการลงทุนอาเซียน	東協投資區	ASEAN Investment Area (AIA)
เขตเลือกตั้ง	選舉區	constituency
ค		
คณะกรรมการกิจการกระจายเสียงกิจการโทรทัศน์และกิจการคมนาคมแห่งชาติ	國家電視與廣播電台委員會電信	The National Broadcasting and Telecommunications Commission

21

(กสทช.)		
คณะกรรมการการเลือกตั้ง (กกต.)	選舉委員會	Election Commission
คณะกรรมการควบคุมยาเสพติดระหว่างประเทศ	國際禁毒委員會	International Narcotics Control Board (INCB)
คณะกรรมการป้องกันและปราบปรามการฟอกเงิน	反洗錢委員會	The Anti-Money Laundering Commission
คณะกรรมการตุลาการศาลปกครอง (ก.ศป.)	行政法院司法委員會	the judicial Commission of the Administrative Courts
คณะกรรมการตุลาการศาลยุติธรรม (ก.ต.)	司法委員會	the judicial Commission of the Courts of justice
คณะกรรมการป้องกันและปราบปรามการทุจริตแห่งชาติ (ป.ป.ช.)	國家肅貪委員會委員	The National Anti-Corruption Commission

คณะกรรมการตรวจเงินแผ่นดิน (คตง.)	國家財政稽查委員會委員	State Audit Commission
คณะกรรมการป้องกันและปราบปรามยาเสพติด(ป.ป.ส)	預防與肅毒委員會	The Narcotics Control Board
คณะกรรมการพัฒนาการเศรษฐกิจและสังคมแห่งชาติ (สภาพัฒน์)	國家經濟與社會發展委員會	The National Economic and Social Development Board
คณะกรรมการสรรหา	遴選委員會	Selective Committee
คณะกรรมการสิทธิมนุษยชนแห่งชาติ	國家人權委員會	National Human Rights Commission
คณะกรรมธิการ	委員會	committee
คณะกรรมธิการเต็มสภา	全體委員會	committee of the whole House
คณะกรรมธิการร่วมกัน	聯合委員會	joint committee
คณะกรรมธิการร่วมกันของรัฐสภา	國會聯合委員會	joint committee if the National Assembly

คณะกรรมธิการวิสามัญ	專門委員會	select committee
คณะกรรมธิการสามัญ	普通委員會	standing committee
คณะกรรมธิการสามัญประจำวุฒิสภา	上議院常務委員會	standing committee of senate
คณะผู้แทนทางการทูต	外交代表團	diplomatic mission
คณะมนตรีความมั่นคง	聯合國安全理事會	Security Council
คณะมนตรีเศรษฐกิจและสังคม	聯合國的經濟社會理事會	Economic and Social Council
คณะรัฐมนตรี	內閣/國務院	cabinet
คณะลูกขุน	陪審團	jury
คณะองคมนตรี	樞密院	Privy council
คณะอนุกรรมาธิการ	小組委員會	sub-committee
คดีแพ่ง	民事案件	civil case
คดีความ	案件	law case
คดีฆาตกรรม	謀殺案件	case of murder
คดีอาญา	刑事案件	criminal case

คดีอุกฉกรรจ์	重罪案件	seriouse offense
ควบคุมการบริหารราชการแผ่นดิน	管理國事	control the administration of the State affairs
ความตกลงทั่วไปว่าด้วยพิกัดอัตราภาษีศุลกากรและการค้า	關稅與貿易總協定	General Agreement on Tariffs and Trade (GATT)
ความตกลงว่าด้วยความร่วมมือทางเศรษฐกิจและวิชาการ	經濟技術合作協議	Agreenment on Economic and Technical Cooperation
ความร่วมมือทางเศรษฐกิจในเอเชีย-แปซิฟิค (เอเปค)	亞太經濟合作會議	Asia-Pacific Economic Cooperation(APEC)
คอร์รัปชั่น	貪汙	corruption
คะแนนเสียง	選票	vote
ค่ายทหาร	兵營	military camp
คำให้การ	口供	affidavit
คำตัดสิน	判決	judgment
คำพิพากษา	判詞	court verdict
คำฟ้องร้อง	訴狀	indictment

คุณสมบัติของผู้มีสิทธิสมัครรับเลือกตั้ง	候選人資格	qualifications of a person having the right to be a candidate in an election
คุมขัง	關押	put in jail
เครื่องแบบทหาร	軍裝	military uniform
เครื่องแบบนักโทษ	囚衣	prison garb
เครื่องแบบพนักงาน	工作制服	working uniform
เครื่องจับเท็จ	測謊器	loe detector
เครื่องบินไอพ่น	噴氣式飛機	jet plane
เครื่องบินรบ	軍用飛機	warplane
เครื่องบินลำเลียง	運輸機	transport airplane
เครื่องบินสอดแนม	偵察機	reconnaissance plane
เครื่องหมายแสดงยศ	肩章	epaulet
โครงการพัฒนาแห่งสหประชาชาติ	聯合國開發計畫署	UN Develpoment Programme (UNDP)
โครงการสิ่งแวดล้อมสหประชาชาติ	聯合國環境規劃署	UN Environment Programme (UNEP)
โครงการอาหารโลก	世界糧食規劃署	World Food Programme (WFP)
ง		
งดการประชุมสภา	取消會議	cancel the sitting

งดใช้ข้อบังคับชั่วคราว	暫停適用規定	suspend temporarily the rules
งดออกเสียง	棄權	vote abstention
งบประมาณรายจ่ายของแผ่นดิน	國家預算	the expenditure estimates of the State
จ		
จงใจใช้อำนาจหน้าที่ขัดต่อบทบัญญัติแห่งรัฐธรรมนูญหรือกฎหมาย	故意利用職權違反憲法和法律規定	intentionally exercise power contrary to the provisions of the Constitution or law
จงใจฝ่าฝืนบทบัญญัติแห่งรัฐธรรมนูญหรือกฎหมาย	故意違反憲法和法律規定	intentionally violate the provisions of the Constitution or law
จงใจไม่ยื่นบัญชีแสดงรายการทรัพย์สินและหนี้สิน	故意不申報財產和債務	intentionally fail to submit the account showing assets and liabilities
จงใจยื่นบัญชีแสดงรายการทรัพย์สินและหนี้สินอันเป็นเท็จ	故意申報不實財產和債務情況	intentionally submit the account showing assets and liabilities with false statements

จดทะเบียนถูกต้องตามกฎหมาย	合法註冊	legitimately registered
จดทะเบียนสมรส	結婚登記	wedding registration
จัดให้มีการบันทึกการออกเสียงลงคะแนน	紀錄投票表決情況	cause the voting to be reported
จับสลาก	抽籤	draw lots
จำเลย	被告	defendant
จำคุก	監禁	imprison
จำคุกตลอดชีวิต	無期徒刑	life sentence
จุดรับแจ้งเหตุ	派出所	police substation
จุฬาลงกรณ์มหาวิทยาลัย	朱拉隆功大學	Chulalongkorn University
เจ้าหน้าที่ดับเพลิง	消防隊員	fireman
เจ้าหน้าที่ประจำหน่วยเลือกตั้ง	監票人	scrutineer
เจ้าหน้าที่สถานี(รถไฟ,รถโดยสาร)	站長	station master
เจ้าหน้าที่สืบสวน	偵查人員	investigator
แจ้งเหตุร้าย	報警	report (an incident) to the police

แจ้งความ	報案	report
แจ้งความของหาย	報失	report the loss
โจทก์	原告	plaintiff

ช		
ชี้แจงข้อเท็จจริง	解釋事實	explain the fact
ชุดเกราะ	鎧甲	loricase
ชุดดับเพลิง	消防服	fire protection clothing
ใช้บังคับ	強制實行	apply to
ใช้บังคับมิได้	無法強制實行	be unenforceable

ซ		
ซื่อสัตย์สุจริต	忠實	fidelity
ซื่อสัตย์สุจริตเป็นที่ประจักษ์	公認誠實	apparent integrity

ญ		
ญัตติ	議案	motion
ญัตติขอเปิดอภิปรายทั่วไป	普通議案	motion for a general debate
ญัตติขอเปิดอภิปราย	不信任案	motion for a general debate for the purpose of passing a vote of censure

ทั่วไปเพื่อลงมติไม่ไว้วางใจ		
ญัตติขอแก้ไขเพิ่มเติมรัฐธรรมนูญ	憲法修訂案	motion for amendment of the Constitution
ญัตติด่วน	緊急提案	urgent motion
ญัตติที่ต้องเสนอเป็นหนังสือ	書面提案	motion must be submitted in writing
ญัตติที่ไม่ต้องเสนอเป็นหนังสือ	非書面提案	motion must not be submitted in writing
ญัตติที่ไม่มีผู้ใดคัดค้าน	無反對的提案	unprotested motion
ญาติผู้ต้องขัง	囚犯之家屬	(family) dependent
ด		
ดับเพลิง	火災控制	fire control
ด่านตำรวจ	關卡	checkpoint
ดาบปลายปืน	刺刀	bayonet
ดาวเทียมสำรวจ	偵察衛星	reconnaissance satellite
ดาวเทียมสื่อสารทางไกล	通訊衛星	communications satellite

ดำเนินคดี	訴訟	lawsuit
เดินสวนสนาม	閱兵	military review
โดยเปิดเผย	公開的	in public
โดยอนุโลม	適當修改後使用	mutatis mutandis
ต		
ตกไป	失效	lapse
ตรากฎหมาย	制定法律	enact a low
ตราขึ้นโดยไม่ถูกต้องตามบทบัญญัติแห่งรัฐธรรมนูญ	制定程序違反憲法	Be enacted contrary to the provisions of Constitution
ตราพระราชบัญญัติ	制定條例	be enacted as an Act
ตอร์ปิโด	魚雷	Torpedo
ตั้งคณะกรรมาธิการ	成立委員會	constitute the committee
ตาข่ายลวดไฟฟ้า	電網	electric fence
ตำรวจ	警察	police
ตำรวจเทศกิจ	市政警察	municipal police
ตำรวจเวร	崗警	policeman on point duty
ตำรวจจราจร	交通警察	traffic police
ตำรวจตระเวน	邊境防衛警察	frontier police

ชายแดน		
ตำรวจติดอาวุธ	鎮暴警察	armed police
ตำรวจทางหลวง	高速公路警察	highway police
ตำรวจนครบาล	首都警察	metropolitan police
ตำรวจนอกเครื่องแบบ	便衣警察	plainclothes police
ตำรวจน้ำ	海巡單位	water police
ตำรวจประจำศาล	法警(法院)	marshal of court
ตำรวจปราบจลาจล	防暴警察	riot police
ตำรวจภูธร	地方警察	provincial police
ตำรวจม้า	騎警	mounted police
ตำรวจสันติบาล	公安警察	police of public security
ติดคุก	坐牢	imprison
ไต่สวน	審訊	inquire
แต่งตั้ง	任命	appoint
ถ		
ถอดถอนออกจาก ตำแหน่ง	撤職	discharge from office
ถอนกระทู้	撤回職詢	withdraw the interpellation
ถอนคำแปรญัตติ	撤回修正議案	withdraw the amendment to the motion

ถอนญัตติ	撤回議案	withdraw the motion
ถังดับเพลิง	滅火機	fire extinguisher
ถามมติ	詢問表決意見	ask the sitting to pass a resolution
ถึงคราวออกตามอายุของสภา	(職年限)屆滿	expiration of the term
แถลงนโยบาย	公布政策	publicize policy
ท		
ทนายความ	律師	lawyer
ทนายฝ่ายโจทก์	原告律師	plaintiff's attorney
ทนายฝ่ายจำเลย	被告律師	defendant's attorney
ทบวงการพลังงานปรมาณูระหว่างประเทศ	國際原子能機構	International Atomic Energy Agency (IAEA)
ทรงลงพระปรมาภิไธย	國王御賜簽署	affix the royal signature
ทหาร	軍人	soldier
ทหารเกณฑ์	徵兵制軍人	conscript
ทหารเรือ	海軍士兵	seaman
ทหารเสนารักษ์	急救兵	medic
ทหารแม่นปืน	狙擊兵	sniper

ทหารช่าง	工程兵	army enginner
ทหารบก	陸軍士兵	army officer
ทหารปืนใหญ่	砲兵	artilleryman
ทหารพราน	野戰部隊	field army
ทหารม้า	騎兵	cavalryman
ทหารราบยานเกราะ	裝甲兵	tankman
ทหารรถไฟ	鐵道兵	railway corps
ทหารรักษาพระองค์	御林軍（國王專屬）	King's bodyguard
ทหารรับจ้าง	傭兵	soldier of fortune
ทหารราบ	步兵	infantryman
ทหารอากาศ	空軍士兵	air force man
ทหารอาสาสมัคร	民兵	volunteer
ที่ทำการโทรศัพท์	電話局	telephone station
ที่ทำการไปรษณีย์	郵局	post office
ที่ประชุมสหประชาชาติเรื่องการค้าและการพัฒนา	聯合國貿發會議	UN Conference on Trade and Development (UNCTAD)
ที่ปรึกษา	參議	counsel
ทุจริต	貪汙舞弊	corruption

แทรกแซง	干涉	intervene
ธ		
ธนาคารเพื่อการเกษตรและสหกรณ์การเกษตร (ธ.ก.ส.)	農會、農業銀行	Bank for Agricultural Cooperatives
ธนาคารเพื่อการส่งออกและนำเข้าแห่งประเทศไทย	泰國進出口銀行	Export-Import Bank of Thailand / EXIM Bank
ธนาคารแห่งประเทศไทย	泰國國家銀行	The Bank of Thailand
ธนาคารกรุงไทย จำกัด (มหาชน)	泰京銀行有限公司(大眾)	Krungthai Bank
ธนาคารโลก	世界銀行	World Bank
ธนาคารออมสิน	儲蓄銀行	Government Savings Bank
ธนาคารอาคารสงเคราะห์	住宅贊助銀行	Government Housing Bank
น		
นโยบาย	政策	policy

นโยบายการคลัง	財政政策	fiscal policy
นโยบายสาธารณะ	公共政策	public policy
นโยบายหาเสียง	競選活動	election campaign
นกหวีด	警笛	alarm whistle
นักเรียนนายร้อย	軍校學員	cadet
นักโทษ	囚犯 / 犯人	prisoner
นักโทษการเมือง	政治犯	political prisoner
นักกฎหมาย	法理學者	jurist
นักการเมือง	政治家	politician
นักการทูต	外交官	diplomat
นักปฏิวัติ	革命家	revolutionist
นักวิ่งเต้น	說客	lobbyist
นายกรัฐมนตรี	總理	Prime minister
นายกสภาทนายความแห่งประเทศไทย	泰國律師委員會主席	the President of the Lawyers' Council of Thailand
นิรโทษกรรม	（泰皇）大赦	amnesty
นิวเคลียร์	核武	nuclear
เนติบัณฑิตยสภาในพระบรมราชูปถัมภ์	國王資助的律師協會	The Thai Bar under the Royal Patronage

ในระหว่างสมัยประชุม	開會期間	during a session
บ		
บรรจุเข้าระเบียบวาระการประชุม	排入會議程序	place on the agenda
บรรณารักษ์	圖書管理員	librarian
บรรษัทการเงินระหว่างประเทศ	國際金融公司	International Finance Corporation (IFC)
บันทึกความเข้าใจ	諒解備忘錄	Memorandum Of Understand (MOU)
บริษัทกสทโทรคมนาคมจำกัด(มหาชน)	CAT 電信公共有限公司	CAT Telecom Public Co.,Ltd.
บริษัทการบินไทยจำกัด(มหาชน)	泰國航空有限公司(大眾)	THAI Airways International Public Co.,Ltd.
บริษัทท่าอากาศยานไทยจำกัด	泰國機場有限公司(大眾)	Airports of Thailand Public Co.,Ltd.
บริษัททศทคอร์ปอเรชั่นจำกัด(มหาชน)	泰國電話組織有限公司(大眾)	TOT Corporation Public Co.,Ltd.

บริษัทขนส่งจำกัด	運輸有限公司	The Transport Co.,Ltd.
บริษัทท่าอากาศยานสากลกรุงเทพแห่งใหม่จำกัด	曼谷新國際機場有限公司(大眾)	New Bangkok International Airport Co.,Ltd.
บริษัทบางจากปิโตเลียมจำกัด (มหาชน)	Bangchak 石油公共有限公司(大眾)	Bangchak Petroleum Public Co.,Ltd.
บริษัทปตท. จำกัด (มหาชน)	泰國石油有限公司(大眾)	PTT Public Co.,Ltd.
บริษัทไปรษณีย์ไทยจำกัด	泰國郵政有限公司	Thailand Post Co.,Ltd.
บริษัทวิทยุการบินแห่งประเทศไทยจำกัด	泰國航空無線電有限公司	Aeronautical Radio of Thailand
บัญชีแสดงรายการทรัพย์สินและหนี้สิน	財產與債務清單	account showing particulars of assets and liabilities
บัตรเลือกตั้ง	選票	vote
บันทึกออกเสียงลงคะแนน	投票紀錄	record the voting
บัลลังก์	席位	throne
บุรุษไปรษณีย์	郵遞員 / 郵差	postman

38

บุคคลต้องห้ามมิให้ใช้สิทธิสมัครรับเลือกตั้ง	褫奪參選權者 被判失去參選權者	person having no right to be a candidate in an election
บุคคลต้องห้ามมิให้ใช้สิทธิเลือกตั้ง	褫奪選舉權者 背判失去選舉權者	person disfranchised on the election day
ป		
ปฏิญาณตน	宣誓	make a solemn declaration
ปฏิรูป	改革	reform
ปฏิวัติ	革命	revolution
ประกันตัว	保釋	bail out
ประกาศในราชกิจจานุเบกษา	在政府公報申明	publish in the Government Gazette
ประชาคมเศรษฐกิจอาเซียน	東協經濟共同體	ASEAN Economic Community (AEC)
ประชาคมอาเซียน	東協共同體	ASEAN Community
ประชาชน	人民	people
ประชาธิปไตย	民主	democracy
ประชามติ	民意	public opinion
ประท้วง	抗議	protest
ประทับตรา	印章	stamp

ประธานเฉพาะคราว	臨時主席	President Pro Tempore
ประธานกรรมการการเลือกตั้ง	選舉委員會主席	Chairman of the Election Commission
ประธานกรรมการตรวจเงินแผ่นดิน	國家財政稽查委員會主席	Chairman of the State Audit Commission
ประธานกรรมการป้องกันและปราบปรามการทุจริตแห่งชาติ	國家肅貪委員會主席	President of the National Counter Corruption
ประธานกรรมการสิทธิมนุษยชนแห่งชาติ	國家人權委員會主席	Chairperson of the National Human Rights Commission
ประธานของที่ประชุมสภา	國會會議主席	Presiding Officer of the sitting
ประธานคณะกรรมาธิการ	委員會主席	Chairman of the committee
ประธานคณะกรรมาธิการเต็มสภา	國會全體委員會主席	Chairman of the committee of the whole House

ประธานชั่วคราว	代理主席	acting chairman
ประธานพรรค	黨主席	party chairman
ประธานรัฐสภา	國會主席	President of the National Assembly
ประธานวุฒิสภา	上議院議長	President of the Senate
ประธานศาลฎีกา	最高法院院長	President of the Supreme Court of Justice
ประธานศาลปกครองสูงสุด	最高行政法院院長	President of the Supreme Administrative Court
ประธานศาลรัฐธรรมนูญ	憲法法院院長	President of the Constitutional Court
ประธานสภาผู้แทนราษฎร	下議院議長	President of the House of Representatives
ประธานาธิบดี	總統	president
ประมวลจริยธรรม	道德規範	codes of ethics
ประหารชีวิต	處死	execute
ปลัดกระทรวง	常務秘書長	Permanent Secretary
ป้อมตำรวจ	警察哨	police booth
ป้อมยาม	保安崗哨	lookout post
ป้อมสังเกตการณ์	崗樓	watchtower
ป้ายชื่อ	標籤	nametag

ปิดสมัยประชุม	會期結束	prorogue the session
ปิดอภิปราย	結束討論	close the debate
ปีงบประมาณ	財政年度	fiscal year
เปิดเผยรายงานการประชุมลับ	公布秘密會議內容	disclose the minutes of the closed meeting
เปิดการประชุมสภา	國會會議開始	open the sitting
เปิดสมัยประชุม	會期開始	open the session
แปรญัตติ	修治議案	amend the motion
ผ		
ผู้เข้าฟังการพิจารณาคคี	旁聽人	auditor
ผู้เชี่ยวชาญด้านนิติเวช	法醫	medicolegal physician
ผู้เห็นเหตุการณ์	目擊者	eyewitness
ผู้กระทำผิด	犯人	criminal
ผู้กล่าวทา	原告	complainant
ผู้นำฝ่ายค้านในสภาผู้แทนราษฎร	下議院反對黨領袖	Leader of the Oppostition
ผู้นำ	領袖	leader

42

ผู้ตาย	死者	the deceased
ผู้ตรวจการแผ่นดินของรัฐสภา	議會監察官	Ombudsmen
ผู้ต้องสงสัย	嫌疑犯	suspect
ผู้ต้องหา	被告人	alleged offender
ผู้ดำรงตำแหน่งทางการเมือง	擔任政治職務者	political office holder
ผู้ดำรงตำแหน่งระดับสูง	擔任高級職位者	high ranking official
ผู้บัญชาการ	司令員	commandant
ผู้บัญชาการตำรวจแห่งชาติ	總警監	the Police Commissioner-General
ผู้อำนวยการสถาบันนิติวิทยาศาสตร์	泰國科學鑒証總幹事	the Director-General of the Central Institute of Forensic Science
ผู้อำนวยการสำนักงานกิจการยุติธรรม	法官試務總幹事	the Director-General of the Office of Justice Affairs
ผู้ปกครอง	統治者	ruler
ผู้ประท้วง	抗議者	protester

ผู้พิพากษา	法官試務總幹事	judge
ผู้พิพากษาสมทบ	陪審法官	associate judge
ผู้มีสิทธิเลือกตั้ง	有選舉權的人	person having the right to vote at an election
ผู้มีสิทธิสมัครรับเลือกตั้ง	有權參選的人	person having the right to be a candidate in an election
ผู้ลงนามรับสนองพระบรมราชโองการ	簽署奉諭者	person who countersigns the Royal Command
ผู้ลี้ภัยทางการเมือง	政治難民	political refugee
ผู้ว่าการตรวจเงินแผ่นดิน	國家審計長	Auditor-General
ผู้สมรู้ร่วมคิด	共犯	accomplice
ผู้สมัครรับเลือกตั้ง	候選人	candidate
ผู้สมัครรับเลือกตั้งอิสระ	無黨派候選人	independent candidate
ผู้หลบหนี	越獄	breakout
เผด็จการ	獨裁	authoritarian
แผนที่ทหาร	作戰地圖	operations map
ฝากขัง	羈押	put in jail
ฝ่าฝืนข้อบังคับ	違反規定	violate the Rules

ฝ่าฝืนบทบัญญัติแห่งรัฐธรรมนูญหรือกฎหมาย	違反憲法規定或法律	violate the provisions of the Constitution or law
ฝ่ายคัดค้าน	反對派	opposing side
ฝ่ายสนับสนุน	支持派	supporting side
ฝูงบิน	機群	air squadron
พ		
พ้นจากตำแหน่ง	免職/離任	remove from the position
พนักงานดับเพลิง	消防員	fireman
พยาน	證人	wittness
พรรคการเมือง	政黨	political party
พรรคคอมมิวนิสต์	共產黨	communist party
พรรคฝ่ายค้าน	反對黨	opposiiton party
พระบรมราชโองการ	國王諭令	Royal Command
พระมหากษัตริย์	國王	King
พระราชกฤษฎีกา	政令	royal decree
พระราชกำหนด	法規	emergency decree
พระราชบัญญัติประกอบรัฐธรรมนูญ	憲法附加條例	organic law

พระราชบัญญัติ	條例	Act
พระราชบัญญัติประกอบรัฐธรรมนูญว่าด้วยการตรวจเงินแผ่นดิน	憲法附加法之國家財政稽查	organic law on the State audit
พระราชบัญญัติประกอบรัฐธรรมนูญว่าด้วยการป้องกันและปราบปรามการทุจริต	憲法附加法之預防與肅貪	organic law on counter corruption
พระราชบัญญัติประกอบรัฐธรรมนูญว่าด้วยการเลือกตั้งสมาชิกสภาผู้แทนราษฎรและการได้มาซึ่งสมาชิกวุฒิสภา	憲法附加法之參眾議員選舉	organic law on the election of members of the House of Representatives and senators
พระราชบัญญัติประกอบรัฐธรรมนูญว่าด้วยการออกเสียง	憲法附加法之公投	organic law on referendum

ประชามติ		
พระราชบัญญัติประกอบรัฐธรรมนูญว่าด้วยคณะกรรมการการเลือกตั้ง	憲法附加法之選舉委員會	organic law on the Election Commission
พระราชบัญญัติประกอบรัฐธรรมนูญว่าด้วยผู้ตรวจการแผ่นดินของรัฐสภา	憲法附加法之議會監察官	organic law on Ombudsmen
พระราชบัญญัติประกอบรัฐธรรมนูญว่าด้วยพรรคการเมือง	憲法附加法之政黨	organic law on political parties
พระราชบัญญัติประกอบรัฐธรรมนูญว่าด้วยวิธีพิจารณาคดีอาญาของผู้ดำรงตำแหน่งทางการเมือง	憲法附加法之政治職務犯罪	organic law on criminal procedure for persons holding political positions
พฤตินัย	實際上的	factual sense
พลเอก	上將	general

พลโท	中將	lieutenant general
พลตรี	少將	major general
พลตำรวจเอก	警察上將	police general
พลตำรวจโท	警察中將	police lieutenant general
พลตำรวจตรี	警察少將	police major general
พลทหาร	列兵	common soldier
พลรถถัง	坦克兵	tankman
พลรบ	暗鬥兵	combatant
พลร่ม	傘兵	paratrooper
พลลาดตระเวน	巡邏兵	patrol
พักการประชุมสภา	休會	suspend the sitting
พันเอก	上校	Colonel
พันเอกพิเศษ	大校	senior colonel
พันโท	中校	lieutenant Colonel
พันตรี	少校	major
พันตำรวจเอก	警察上校	police Colonel
พันตำรวจโท	警察中校	police lieutenant Colonel
พันตำรวตรี	警察少校	police major
พัศดี	獄卒	jailer

พิจารณาเรียงตามลำดับมาตรา	逐條討條款	consider section by section
พิจารณารวดเดียวสามวาระ	連續三讀討論	consider in three consecutive readings
พินัยกรรม	遺囑	testament
พิพากษา	判案	judgement
แพทย์เสนารักษ์	軍醫	military doctor
ฟ		
ฟ้องกลับ	反訴	recrimination
ฟ้องร้อง	告狀	impeach
ไฟส่อง	照明燈	jacklight
ไฟสัญญาณ	警報器	siren
ไฟสัญญาณเตือนภัย	警燈	warning lamp
ม		
มาตรการต่อต้านการทุ่มตลาด	反傾銷法	anti dumping law
มรดก	遺產	heritage
มหาวิทยาลัยเกษตรศาสตร์	農業大學	Kasetsart University

มหาวิทยาลัยขอนแก่น	孔敬大學	Khon Kaen University
มหาวิทยาลัยเชียงใหม่	清邁大學	Chiang Mai University
มหาวิทยาลัยทักษิณ	塔信大學	Thaksin University
มหาวิทยาลัยเทคโนโลยีพระจอมเกล้าธนบุรี	先皇技術學院 (吞武里)	King Mongkut's University of Technology Thonburi
มหาวิทยาลัยเทคโนโลยีพระจอมเกล้าพระนครเหนือ	先皇技術大學 (北曼谷)	King Mongkut's University of Technology North Bangkok
มหาวิทยาลัยเทคโนโลยีราชมงคล	泰國皇家理工大學	Rajamangala University of Technology
มหาวิทยาลัยเทคโนโลยีสุรนารี	蘇拉娜麗科技大學	Suranaree University of Technology
มหาวิทยาลัยธรรมศาสตร์	法政大學	Thammasat University
มหาวิทยาลัยนเรศวร	納瑞宣大學	Naresuan University
มหาวิทยาลัยบูรพา	東方大學	Burapha University

มหาวิทยาลัยเปิด	開放大學	open University
มหาวิทยาลัยพายัพ	泰國西北大學	Payap University
มหาวิทยาลัยมหาสารคาม	瑪哈薩拉勘大學	Mahasarakham University
มหาวิทยาลัยมหิดล	瑪希隆大學	Mahidol University
มหาวิทยาลัยแม่โจ้	泰國梅州大學	Maejo University
มหาวิทยาลัยแม่ฟ้าหลวง	皇太后大學	Mae Fah Luang University
มหาวิทยาลัยรัฐบาล	公立大學	public University
มหาวิทยาลัยราชภัฏ	皇家師範大學	Rajabhat University
มหาวิทยาลัยราชภัฏพระนคร	潘納空皇家師範大學	Phranakorn Rajabhat University
มหาวิทยาลัยราชภัฏสวนดุสิต	川登喜皇家大學	Suan Dusit Rajabhat University
มหาวิทยาลัยรามคำแหง	藍康恒大學	Ramkhamhaeng University
มหาวิทยาลัยศรีนครินทรวิโรฒ	詩納卡寧威洛大學	Srinakharinwirot University
มหาวิทยาลัยศิลปากร	藝術大學	Silpakorn

มหาวิทยาลัยสงขลานครินทร์	宋卡王子大學	Prince of Songkla University
มหาวิทยาลัยสุโขทัยธรรมาธิราช	素可泰探瑪提叻遠程教育大學	Sukhothai Thammathirat Open University
มหาวิทยาลัยหอการค้าไทย	泰國商會大學	The University of Thai Chamber of Commerce
มหาวิทยาลัยหัวเฉียวเฉลิมพระเกียรติ	華僑崇聖大學	Huachiew Chalermprakiet University
มหาวิทยาลัยอัสสัมชัญ	易三倉大學	Assumption University
มหาวิทยาลัยอุบลราชธานี	鳥汶大學	Ubon Ratchathani University
มอบตัว	自首	surrender
มอบอำนาจ	委託	authorize
มาตรฐานทางคุณธรรมและจริยธรรมของผู้ดำรงตำแหน่งทางการเมือง	政治家的品行道德規範	moral and ethical standard of political office holder
มีพฤติการณ์ที่เป็นการ	道德敗壞行為	be under circumstance of immoral activities

เสื่อมเสีย		
มีพฤติการณ์ร่ำรวยผิดปกติ	財產來源不明	be under circumstance of unusual wealthiness
มีสิทธิเข้าชื่อขอเปิดอภิปรายทั่วไปในวุฒิสภา	有權聯合署名要求在上議院進行普通辯論	have the right to submit a motion for a general debate in the Senate
มีสิทธิเข้าชื่อร้องขอ	有權聯名請求	have the right to lodge
มีสิทธิเข้าชื่อเสนอกฎหมาย	有權聯名提議法律	have the right to submit a petition to consider the law
มีสิทธิเข้าชื่อเสนอความเห็น	有權聯名提意見	have the right to submit an opinion
มีสิทธิเข้าชื่อเสนอญัตติ	有權聯名提案	have the right to submit a motion for a general debate in the Senate
มูลแห่งคดี	案由	main points of a case
ไม่ชอบด้วยกฎหมาย	不合法/違法	unlawful
ย		
ยับยั้ง	制止	withhold
ยึดทรัพย์	沒收財產	seize property
ยื่นบัญชีแสดงรายการ	申報財產和債務清單	submit an account showing particulars of assets and

ทรัพย์สินและหนี้สิน		liabilities
ยืนยัน	重申 / 強調	reaffirm
ยื่นยันมติ	堅持決議	confirm the resolution
ยืนอุทธรณ์	上訴	appeal against
ยุบสภา	解散議會 解散國會	dissolve the parliament
ร		
รถฉีดโฟม	高被泡沫消防車	high-expansion foam fire truck
รถฉีดน้ำ	水泵消防車	pumper
รถฉีดน้ำแรงสูง	強力噴射消防車	water tower fire truck
รถดับเพลิง	消防車	fire control car
รถตำรวจ	警車	police car
รถถัง	坦克	tank
รถยกบันได	雲梯消防車	aerial ladder fire truck
รถยกกระเช้า	高空作業平台車	elevating platform fire truck
รถหุ้มเกราะ	裝甲車	armoured car
ร่มชูชีพ	降落傘	parachute
รอการพิจารณา	等候審查	pending
ร้องทุกข์	訴苦	grumble
รองนายกรัฐมนตรี	副總理	Deputy Prime Minister

รองประธานรัฐสภา	國會副主席	Vice-President of the National Assembly
รองประธานวุฒิสภา	上議院副主席	Vice-President of the Senate
รองประธานสภาผู้แทนราษฎร	下議院副主席	Vice-President of the House of Representatives
รองปลัดกระทรวง	副常務秘書長	Deputy Permanent Secretary
ร้อยเอก	上尉	Captain
ร้อยโท	中尉	lieutenant
ร้อยตรี	少尉	second lieutenant
ร้อยตำรวจเอก	警察上尉	police Captain
ร้อยตำรวจโท	警察中尉	police lieutenant
ร้อยตำรวจตรี	警察少尉	police Sub-lieutenant
รอลงอาญา	緩刑處刑	to suspend sentence
ระงับไป	阻止	suspend
ระบบสภาคู่	兩院體制	bicameral system
ระบบสภาเดียว	一院體制	unicameral system
ระบบเลือกตั้งแบบสัดส่วน	比例代表制	Proportional Representation
ระบบเลือกตั้งเสียงข้างมาก	大多數票制	Majority System

ระบอบการปกครอง	政體	regime
ระบอบประชาธิปไตย	民主政體/民主制度	democratic regime
ระเบิด	爆炸	to bomb
ระเบิดเพลิง	燃燒彈	incendiary bomb
ระเบิดเวลา	定時炸彈	time-bomb
ระเบิดน้ำตา	催淚彈	tear-gas bomb
ระเบิดมือ	手榴彈	hand grenade
ระเบียบวาระการประชุม	會議程序/議程	agenda
รักษาการตามข้อบังคับ	依規定代行(職務)	have charge and control of the execution of the Rules
รักษาการตามพระราชบัญญัติ	依條例代行(職務)	have charge and control of the execution of the act
รัฐธรรมนูญ	憲法	constitution
รัฐบาล	政府	government
รัฐบาลเงา	影子內閣	shadow cabinet
รัฐบาลกลาง	中央政府	central government
รัฐบาลผสม	聯合政府	coalition government
รัฐบาลหุ่น	魁儡政府	puppet government

รัฐบุรุษ	政治家	statesman
รัฐประศาสนศาสตร์	公共行政	Public Administration
รัฐประหาร	政變	coup d'etat
รัฐมนตรีช่วยว่าการกระทรวง	副部長	assistant (government) minister
รัฐมนตรีว่าการกระทรวง	部長	Minister
รัฐวิสาหกิจ	國營企業	state enterprise / public enterprise
รัฐสภา	國會/議會	congress
รับรองรายงานการประชุม	贊成會議報告	approve the minutes of the sitting
รับสารภาพ	供認	confess
รับสินบน	收賄	receive bribes
ร่างข้อบังคับการประชุมรัฐสภา	國會會議規定草案	draft rules of procedure of the National Assembly
ร่างข้อบังคับการประชุมวุฒิสภา	上議院會議規定草案	draft rules of procedure of the Senate
ร่างพระราชบัญญัติเกียวด้วยการเงิน	關於財物的條例草案	money bill

ร่างพระราชบัญญัติ	條例草案	(proposed) bill
ร่างข้อบังคับการประชุมสภาผู้แทนราษฎร	下議院會議規定草案	draft rules of procedure of the House of Representatives
ร่างพระราชบัญญัติงบประมาณรายจ่าย	預算開支條例草案	annual appropriations bill
ร่างพระราชบัญญัติที่จำเป็นต่อการบริหารราชการแผ่นดิน	管理國事主要的條例草案	bill being necessary for the public administration
ร่างรัฐธรรมนูญแก้ไขเพิ่มเติม	憲法增訂草案	draft Constitution Amendment
ราชกิจจานุเบกษา	政府公報	Government Gazette
ราชบัณฑิตยสถาน	泰國皇家學術院	The Royal Institute
รายงานการประชุมลับ	非公開會議報告	minutes of the closed meeting
รายงานการประชุมสภา	國會會議報告	minutes of the sitting
รายงานของคณะกรรมาธิการ	委員會的報告	report of the committee

รายจ่ายสาธารณะ	公共開支	Public Expenditure
รายชื่อผู้มีสิทธิเลือกตั้ง	選民名單	voter list
รูปคดี	案情	details of a case
เรดาร์	雷達	radar
เรียกประชุมรัฐสภา	召開國會會議	convoke the National Assembly
เรียงตามลำดับมาตรา	按照逐條	section by section
เรือกวาดทุ่นระเบิด	掃雷艇	minesweeper
เรื่องด่วน	緊急案件	emergency case
เรื่องที่เสนอใหม่	新議題	New issues
เรื่องที่คณะกรรมาธิการพิจารณาเสร็จแล้ว	委員會審核過的事情	matter of which the committees have finished the consideration
เรื่องที่ประธานจะแจ้งต่อที่ประชุม	主席將於會議中宣布的事情	matter of which the President Officer shall inform the sitting
เรือชูชีพ	救生艇	rescue boat
เรือดำน้ำ	潛艇	submarine
เรือดำน้ำพลังนิวเคลียร์	核潛艇	nuclear-power submarine

เรือนจำ	監獄	prison
เรือบรรทุกเครื่องบิน	航空母艦	aircraft carrier
เรือพิฆาต	驅逐艦	destroyer
เรือฟรีเกต	護衛艦	frigate
เรือยามฝั่ง	巡邏艦	coast-guard boat
เรือรบ	軍艦	warship
เรือลาดตระเวน	巡洋艦	cruiser
โรงงานไพ่กรมสรรพสามิต	紙牌工廠(國稅廳)	card factory
โรงงานยาสูบ	捲菸廠	cigarettes factory
โรงพัก	警署	police bureau
โรงพิมพ์สำนักงานสลากกินแบ่งรัฐบาล	政府彩票辦公室印刷廠	The Government Lottery Office
ล		
ลงคะแนนเสียง	投票	to vote
ลงนามรับสนองพระบรมราชโองการ	簽署奉諭	ocuntersign the Royal Command
ลงมติ	議決	resolve
ลงมติไม่ไว้วางใจ	不信任投票	vote of censure

ลงมติไว้วางใจ	信任投票	vote of confidence
ลอบทำร้าย	暗害	ambush
ลาดตระเวน	巡邏	be on (police) patrol
ลูกระเบิด	炸彈	bomb
เลขาธิการคณะกรรมการการเลือกตั้ง	選舉委員會秘書長	Secretary-General of Election Commission
เลขาธิการคณะกรรมการป้องกันและปราบปรามการทุจริตแห่งชาติ	國家肅貪委員會秘書長	Secretary-General of National Anti-Corruption Commission
เลขาธิการคณะกรรมการป้องกันและปราบปรามการฟอกเงิน	反洗錢委員會秘書長	the Secretary-General of the Anti-Money Laundering Office
เลขาธิการคณะกรรมการป้องกันและปราบปรามยาเสพติด	預防與肅毒委員會秘書長	the Secretary-General of the Narcotics Control Board

เลขาธิการเนติบัณฑิตยสภา	律師協會秘書長	the Secretary-General of the Thai Bar
เลขาธิการวุฒิสภา	上議院秘書長	Secretariat Of The Senate
เลขาธิการสภาผู้แทนราษฎร	下議院秘書長	Secretariat Of The House of Representatives
เลจาธิการสำนักงานศาลปกครอง	行政院辦公室秘書長	Secretary-General of the Administrative Courts
เลขาธิการสำนักงานศาลยุติธรรม	司法法院辦公室秘書長	the Secretary-General of the Office of the Judiciary
เลขาธิการสำนักงานศาลรัฐธรรมนูญ	憲法法院辦公室秘書長	Secretary-General of the Constitutional Court
เลขานุการคณะกรรมาธิการ	委員會秘書	Secretary of the Committee
เลขานุการประธานรัฐสภา	國會主席秘書	Secretary to the President of the National Assembly
เลขานุการประธานวุฒิสภา	上議院主席秘書	Secretary to the President of the Senate
เลขานุการประธานสภา	下議院主席秘書	President of the House of Representatives

ผู้แทนราษฎร		
เลจานุการผู้นำฝ่ายค้านในสภาผู้แทนราษฎร	下議院反對黨領袖秘書	Secretary to the opposition leader in the House of Representatives
เลิกการประชุมสภา	中止會議	terminate the sitting
เลือกตั้ง	選舉	election
เลื่อนการประชุมสภา	會議改期	adjourn the sitting
ว		
วงโยธวาทิต	銅管樂隊	brass band
วงดุริยางค์ทหาร	軍樂隊	military band
วันทยาหัตถ์	敬禮	salute
วาระการดำรงตำแหน่ง	任職年限	term of office
วิทยุสนาม	步話機	walkie-talkie
วิทยุสื่อสาร	無線電通信	radio communication
วิสาหกิจ	企業	enterprise
วุฒิสภา	上議院	upper house
วุฒิสมาชิก	上議員	senator

ศ		
ศพ	屍體	corpse
ศาล	法庭	court
ศาลฎีกา	最高法院	Supreme Court
ศาลฎีกาแผนกคดีอาญาของผู้ดำรงตำแหน่งทางการเมือง	最高法院政治職務刑事案件處	Supreme Court of Justice's Criminal Division for Persons Holding Political Positions
ศาลทรัพย์สินทางปัญญาและการค้าระหว่างประเทศกลาง	中央知識產權和國際貿易法院	The Central Intellectual Property and International Trade Court
ศาลปกครอง	行政法院	The Administrative Court
ศาลปกครองกลาง	中央行政法院	The Central Administrative Court
ศาลแพ่ง	民事法庭	Civil Court
ศาลแพ่งกรุงเทพใต้	曼谷南區民事法院	The Civil Court of Southern Bangkok
ศาลแพ่งธนบุรี	吞武里區民事法院	Thonburi Civil Court
ศาลภาษีอากรกลาง	中央稅務法庭	Central Tax Court
ศาลยุติธรรม	法院	court of justice
ศาลยุติธรรมระหว่างประเทศ (ศาลโลก)	聯合國國際法院	International Court of Justice

ศาลเยาวชนและครอบครัวกลาง	中央青少年與家庭法院	Central Juvenile and Family Court
ศาลรัฐธรรมนูญ	憲法法庭	Constitutional Court
ศาลแรงงาน	勞工法庭	labour court
ศาลล้มละลายกลาง	中央破產法院	The Court Bankruptcy Court
ศาลอาญา	刑事法院	Criminal Court
ศาลอาญากรุงเทพใต้	曼谷南區刑事法院	Bangkok South Criminal Court
ศาลอาญาธนบุรี	吞武里區刑事法院	Thonburi Criminal Court
ศาลอุทธรณ์	上訴法院	court of appeal
ศษลากลางจังหวัด	市政廳	city hall
ศาลาว่าการกรุงเทพมหานคร	曼谷市政辦公大樓	Bangkok Metropolitan Administration
ศูนย์การอุตสาหกรรมป้องกันประเทศและพลังงานททาร	工業和軍事能源中心	Defence Industry and energy center
ศูนย์เตรียมความพร้อมป้องกันภัยพิบัติแห่งเอเชีย	亞洲發展準備中心	Asian Development Preparedness Center (ADPC)
ศูนย์มานุษยวิทยาสิ	詩琳通人類學中心	Princess Maha Chakri Sirindhorn Anthropology

รินธร		Centre
ศูนย์สร้างสรรค์งานออกแบบ	泰國創意設計中心	Thailand Creative & Design Center
ส		
สงคราม	戰爭	war
สงครามกลางเมือง	內戰	civil war
สงครามเย็น	冷戰	cold war
สงครามโลก	世界大戰	world war
ส่งคืน	退還	return
สงวนความเห็น	保留意見	reserve the opinion
สงวนคำแปรญัตติ	保留修正議案	reserve an amendment to the motion
สถานการณ์การเมือง	政局	political situation
สถานเอกอัครราชทูตไทย	泰王國駐外大使館	Royal Thai Embassy
สถานีดับเพลิง	消防站	fire station
สถานีตำรวจย่อย	派出所	local police station
สถาบันเทคโนโลยีพระจอมเกล้าเจ้าคุณทหารลาดกระบัง	先皇技術學院(拉卡邦)	King Mongkut's Institute of Technology Chaokuntaharn Ladkrabang

สถาบันการบินพลเรือน	民用航空訓練中心	Civil Aviation Training Center
สถาบันนิติวิทยาศาสตร์	泰國科學鑒証機構	Central Institute of Forensic Science Thailand
สถาบันบัณฑิตพัฒนบริหารศาสตร์	國力發展管理學院	National Institute of Development Administration
สถาบันพัฒนาองค์กรชุมชน	公共小區發展協會	Community Organizations Development Institute
สถาบันเพื่อการฝึกอบรมและการวิจัยแห่งสหประชาชาติ	聯合國訓練研究所	UN Institute for Training and and Research (UNITAR)
สถาบันราชภัฏ	皇家學院	Rajabhat University
สถาบันวิจัยวิทยาศาสตร์และเทคโนโลยีแห่งประเทศไทย	泰國科學和技術研究所	Thailand Institute Scientific and Technological Research
สำนักอัยการสูงสุด	最高檢察辦事處	Office of The Attorney General
สำนักงานการตรวจเงินแผ่นดิน	國家財政稽查委員會	Auditor General

สภากาชาดไทย	泰國紅十字會	The Thai Red Cross Society
สภาทนายความแห่งประเทศไทย	泰國律師委員會	The Lawyers' Council of Thailand
สภาผู้แทนราษฎร	下議院	house of representatives
สภาอาหารโลก	世界糧食理事會	World Food Council (WFC)
สมัชชา	聯合國大會	General Assembly
สมัยประชุม	會期	session
สมัยประชุมวิสามัญ	特別會議	extraordinary session
สมัยประชุมสามัญทั่วไป	普通例會	general ordinary session
สมัยประชุมสามัญนิติบัญญัติ	立法例會	legislative ordinary session
สมาคมประชาชาติแห่งเอเชียตะวันออกเฉียงใต้ (อาเซียน)	東南亞國家協會（東協）	The Association of Southeast Asian Nations (ASEAN)
สมาคมพัฒนาการระหว่างประเทศ	國際開發協會	International Development Association (IDA)
สมาคมกวางสี (ประเทศไทย)	泰國廣西總會	The Guangxi Association (Thailand)

สมาคมกว๋องสิวแห่งประเทศไทย	泰國廣肇會館	Kwong Siew Association Of Thailand
สมาคมจงหัวแห่งประเทศไทย	泰國中華會館	The Chinese Association Of Thailand
สมาคมเจียงเจ๋อแห่งประเทศไทย	泰國江浙會館	The Jianhzhe Association Of Thailand
สมาคมไต้หวันแห่งประเทศไทย	泰國台灣會館	The Taiwan Association Of Thailand
สมาคมแต้จิ๋วแห่งประเทศไทย	泰國潮州會館	The Tio Chew Association Of Thailand
สมาคมหยูนหนานแห่งประเทศไทย	泰國雲南會館	The Yunnan Association Of Thailand
สมาคมใหหนำแห่งประเทศไทย	泰國海南會館	Hainan Association Of Thailand
สมาคมฮากกาแห่งประเทศไทย	泰國客家總會	The Hakka Association Of Thailand
สมาคมฮกเกี้ยนแห่งประเทศไทย	泰國福建會館	The Fujian Association Of Thailand
สมาชิกเท่าที่มีอยู่	現有成員	present members

สมาชิกพรรคการเมือง	政黨的成員/黨員	political perty member
สมาชิกภาพ	成員資格	membership
สมาชิกวุฒิสภา	上議院議員/上議員	senator
สมาชิกสภาผู้แทนราษฎร	下議院議員/下議員	Member of the House of Representative
สมาชิกสภาผู้แทนราษฎรแบบแบ่งเขตเลือกตั้ง	下議院分區議員候選人	constituency representative
สมาชิกสภาผู้แทนราษฎรแบบบัญชีรายชื่อ	下議院議員候選人	party-list representative
สหภาพโทรคมนาคมระหว่างประเทศ	國際電信聯盟	International Telecommunication Union (ITU)
สหภาพไปรษณีย์สากล	萬國郵政聯盟	Universal Postal Union (UPU)
สหภาพยุโรป	歐洲聯盟	European Union(EU)
สังกัดพรรคการเมือง	屬於政黨	belong to a political party
สัญญาณเตือนภัย	警報器	annunciator
สำนักข่าว	通訊社	news agency

สำนักข่าวกรองแห่งชาติ	國家情報局	National intelligence agency
สำนักคณะกรรมการตุลาการศาลยุติธรรม	司法委員會辦公室	Office of the Judicial Commission
สำนักงบประมาณ	預算局	Bureau of the Budget
สำนักงาน	辦公室	office
สำนักงานกองทุนสงเคราะห์การทำสวนยาง (สกย.)	橡膠種植資助獎金辦公室	Office of the Rubber Replanting Aid Fund
สำนักงานกองทุนสนับสนุนการวิจัย (สกว.)	研究援助基金會辦公室	The Thailand Research Fund
สำนักงานการตรวจเงินแผ่นดิน	國家審計辦公室	Office of the Auditor General of Thailand
สำนักงานการปฏิรูปที่ดินเพื่อเกษตรกรรม (ส.ป.ก.)	農田改革辦公室	Agricultural Land Reform Office
สำนักงานกิจการยุติธรรม (สกธ.)	法官事務辦公室	Office of Justice Affairs

สำนักงานกิจการสตรีและสถาบันครอบครัว (สค.)	婦女事務和家庭發展辦公室	Office of Women's Affairs and Family Development
สำนักงานข้าหลวงใหญ่เพื่อผู้ลี้ภัยแห่งสหประชาชาติ	聯合國難民事務高級專員公署	UN High Commissioner for Refugees (UNHCR)
สำนักงานคณะกรรมการกฤษฎีกา	立法委員會辦公室	Office of the Council of State
สำนักงานกองทุนหมู่บ้านและชุมชนเมืองแห่งชาติ	國家鄉村和城市小區基金辦公室	National Village and Urban Community Fund Office
สำนักงานคณะกรรมการการเลือกตั้ง	選舉委員會辦公室	Office of the Election Commission of Thailand
สำนักงานคณะกรรมการการศึกษาขั้นพื้นฐาน (สพฐ.)	基礎教育委員會辦公室	Office of the Basic Education Commission

สำนักงานคณะกรรมการการอาชีวศึกษา (สอศ.)	職業教育為員會辦公室	Office of Vocational Education Commission
สำนักงานคณะกรรมการการอุดมศึกษา (สกอ.)	高等教育委員會辦公室	Office of the Higher Education Commission
สำนักงานคณะกรรมการกำกับและส่งเสริมการประกอบธุรกิจประกันภัย	災禍保險廳	Office of Insurance Commission
สำนักงานคณะกรรมการกำกับหลักทรัพย์และตลาดหลักทรัพย์ (กลต.)	證券交易所及證券管理委員會辦公室	Securities and Exchange Commission
สำนักงานคณะกรรมการกิจการโทรคมนาคมแห่งชาติ (กทช.)	泰國全國電信為員會辦公室	Office of the National Telecommunication Commission of Thailand

สำนักงานคณะกรรมการข้าราชการพลเรือน (ก.พ.)	文官事務委員會	Office of the civil service commission
สำนักงานคณะกรรมการคุ้มครองผู้บริโภค	消費者保護委員會辦公室	Office of the Consumer Protection Board
สำนักงานคณะกรรมการนโยบายรัฐวิสาหกิจ (สคร.)	國營企業政策委員會辦公室	State Enterprise Policy Office
สำนักงานคณะกรรมการป้องกันและปราบปรามการทุจริตแห่งชาติ	國家反貪污委員會辦公室(反貪委)	Office of the National Anti-Corruption Commission
สำนักงานคณะกรรมการป้องกันและปราบปรามยาเสพติด (ป.ป.ส.)	預防與肅毒委員會辦公室	Office of the Narcotics Control Board
สำนักงาน	國家經濟與社會發展委員會	Office of the National Economic and Social

คณะกรรมการพัฒนาการเศรษฐกิจและสังคมแห่งชาติ (สศช.)	辦公室	Development Board
สำนักงานคณะกรรมการพิเศษเพื่อประสานงานโครงการอันเนื่องมาจากพรราชดำริ (กปร.)	皇家發展項目特別委員會辦公室	Office of the Royal Development Projects Board
สำนักงานคณะกรรมการวัฒนธรรมแห่งชาติ	國家委員會辦公室	Department of Cultural Promotion
สำนักงานคณะกรรมการวิจัยแห่งชาติ	國家研究委員會辦公室	Office of the National Research Council of Thailand
สำนักงานคณะกรรมการส่งเสริมการลงทุน	投資促進委員會辦公室	The Board of Investment of Thailand

สำนักงานคณะกรรมการส่งเสริมการศึกษาเอกชน	私立教育促進委員會辦公室	Office of the Private Education Commission
สำนักงานคณะกรรมการสิทธิมนุษยชนแห่งชาติ	國家人權委員會辦公室	Office of the National Human Rights Commission of Thailand
สำนักงานคณะกรรมการอาหารและยา	糧食與藥物管理辦公室/食品醫藥管理辦公室	Food and Drug Administration
สำนักงานคณะกรรมการอ้อยและน้ำตาลทราย	藤莖和糖委員會辦公室	Office of the Cane and Sugar Board
สำนักงานความร่วมมือเพื่อการพัฒนาระหว่างประเทศ	經濟技術合作司	Thailand International Development Cooperation Agency
สำนักงานตำรวจแห่งชาติ	皇家警察	Royal Thai Police
สำนักงานทรัพย์สินส่วนพระมหากษัตริย์	皇家資產管理局	The Crown Property Bureau

สำนักงานนโยบายและแผนการขนส่งและจราจร	運輸與交通政策和計畫辦公室	Office of Transport and Traffic Policy and Planing
สำนักงานนโยบายและแผนทรัพยากรธรรมชาติและสิ่งแวดล้อม	自然資源和環境政策及規劃辦公室	Office of the Natural Resources and Environmental Policy and Planning
สำนักงานนโยบายและแผนพลังงาน	能源政策及規劃辦公室	Energy Policy and Planning Office
สำนักงานบริหารการแปลงสินทรัพย์เป็นทุน	資產資本化辦公室	Department of Lands Assets Capitalization Office
สำนักงานบรรเทาทุกข์และการฟื้นฟูแห่งสหประชาชาติ	聯合國善後救濟總署	UN Relief and Rehabilitation Administration
สำนักงานบริหารหนี้สาธารณะ	公共債務管理辦公室	Public Debt Management Office
สำนักงานปรมาณูเพื่อสันติ	和平利用原子能辦公室	Office of Atoms for Peace
สำนักงาน	社會保險辦公室	Social Security Office

ประกันสังคม		
สำนักงาน ปลัดกระทรวง	常務次長辦公室	Office of the Permanent Secretary
สำนักงาน ปลัดกระทรวง กลาโหม	國防部常務次長辦公室	Office of the Permanent Secretary for Defence
สำนักงานปลัด กระทรวงการคลัง	財政部常務次長辦公室	Office of the Permanent Secretary of Ministry of Finance
สำนักงาน ปลัดกระทรวงการ ต่างประเทศ	外交部常務次長辦公室	Office of the Permanent Secretary of Ministry of Foreign Affairs
สำนักงาน ปลัดกระทรวงการ ท่องเที่ยวและกีฬา	旅遊業和體育部常務次長辦公室	Office of the Permanent Secretary of Ministry of Tourism and Sports
สำนักงาน ปลัดกระทรวงการ พัฒนาสังคมและความ มั่นคงของมนุษย์	社會發展和人類安全常務次長辦公室	Office of the Permanent Secretary of Social Development and Human Security
สำนักงาน	農業與合作社部常務次長辦	Office of the Permanent Secretary fo Agriculture and

ปลัดกระทรวงเกษตรและสหกรณ์	公室	Cooperatives
สำนักงานปลัดกระทรวงคมนาคม	交通部常務次長辦公室	Office of the Permanent Secretary of Transport and Communications
สำนักงานปลัดกระทรวงทรัพยากรธรรมชาติและสิ่งแวดล้อม	自然資源和環境部常務次長辦公室	Office of the Permanent Secretary of Natural Resources and Environment
สำนักงานปลัดกระทรวงเทคโนโลยีสารสนเทศและการสื่อสาร	信息通信技術部常務次長辦公室	Office of the Permanent Secretary of Information and Community Technology
สำนักงานปลัดกระทรวงพลังงาน	能源部常務次長辦公室	Office of the Permanent Secretary of Ministry of Energy
สำนักงานปลัดกระทรวงพาณิชย์	商業部常務次長辦公室	Office of the Permanent Secretary of Ministry of Commerce

สำนักงาน ปลัดกระทรวง มหาดไทย	內政部常務次長辦公室	Office of the Permanent Secretary of Ministry of Interior
สำนักงาน ปลัดกระทรวง ยุติธรรม	司法部常務次長辦公室	Office of the Permanent Secretary of Ministry of Justice
สำนักงาน ปลัดกระทรวงแรงงาน	勞工部常務次長辦公室	Office of the Permanent Secretary of Ministry of Labour
สำนักงาน ปลัดกระทรวง วัฒนธรรม	文化部常務次長辦公室	Office of the Permanent Secretary of Ministry of Culture
สำนักงาน ปลัดกระทรวง วิทยาศาสตร์และ เทคโนโลยี	科學技術部常務次長辦公室	Office of the Permanent Secretary of Ministry of Science and Technology
สำนักงาน ปลัดกระทรวง ศึกษาธิการ	教育部常務次長辦公室	Office of the Permanent Secretary of Ministry of Education
สำนักงาน	衛生部常務次長辦公室	Office of the Permanent Secretary of Ministry of

ปลัดกระทรวงสาธารณสุข		Public Health
สำนักงานปลัดกระทรวงอุตสาหกรรม	工業部常務次長辦公室	Office of the Permanent Secretary of Ministry of Industry
สำนักงานปลัดสำนักนายกรัฐมนตรี	總理辦公室的常任秘書處	Office of the Permanent Secretary of Prime Ministry of
สำนักงานป้องกันและปราบปรามการฟอกเงิน (ปปง.)	反洗錢辦公室	Anti-Money Laundering Office
สำนักงานผู้ตรวจการแผ่นดิน	監察專員辦公室	Office of the Ombudsman Thailand
สำนักงานผู้บัญชาการตำรวจแห่งชาติ	國家警察總署	Office Attached to the Commissioner General
สำนักงานพระพุทธศาสนาแห่งชาติ	泰國國家佛教辦公室	Office of Nation Buddhism
สำนักงานพัฒนา	地理信息與太空技術發展辦	Informatics and Space Technology Development

เทคโนโลยีอวกาศและภูมิสารสนเทศ	公室	Agency
สำนักงานพัฒนาการกีฬาและนันทนาการ	體育和休閒發展辦公室	Office of Sports and Recreation Development
สำนักงานพัฒนาการท่องเที่ยว	旅遊業發展辦公室	Office of Tourism Development
สำนักงานพัฒนาวิทยาศาสตร์และเทคโนโลยีแห่งชาติ	國家科技發展辦公室	National Science and Technology Development Agency
สำนักงานมาตรฐานผลิตภัณฑ์อุตสาหกรรม	工業產品標準辦公室	Thai Industrial Standards Institute
สำนักงานมาตรฐานสินค้าเกษตรและอาหารแห่งชาติ	國家農業產品和食物標準辦公室	National Bureau of Agricultural Commodity and food Standards
สำนักงานรับรองมาตรฐานและประเมินคุณภาพการศึกษา	國家教育標準認證和質量評估辦公室	The Office for National Education Standards and Quality Assessment
สำนักงานเลขาธิการ	教室協會秘書處	Secretariat office of the Teachers' Council of

คุรุสภา		Thailand
สำนักงานเลขาธิการวุฒิสภา	參議院秘書處	The Secretariat of the Senate
สำนักงานเลขาธิการสภาการศึกษา	教育議會秘書處	Office of the Education Council
สำนักงานเลขาธิการสภาผู้แทนราษฎร	眾議院秘書處	The Secretariat of the House of Representatives
สำนักงานเลขาธิการแห่งสหประชาชาติ	聯合國秘書處.	Secretariat
สำนักงานศาลปกครอง	行政法院辦公室	The Administrative Court
สำนักงานศาลยุติธรรม	法院辦公室	Office of the Courts of Justice
สำนักงานเศรษฐกิจการคลัง	財政政策辦公室	Fiscal Policy Office
สำนักงานเศรษฐกิจอุตสาหกรรม	工業經濟辦公室	Office of Industrial Economics
สำนักงานส่งเสริมการจัดประชุมและ	會議及展覽推廣辦公室	Tailand Convention and Exhibition Bureau

นิทรรศการ		
สำนักงานสถิติ แห่งชาติ	國家統計辦公室	National Statistical Office of Thailand
สำนักงานสภาความ มั่นคงแห่งชาติ	國家安全委員會辦公室	National Security Council
สำนักงานสภาที่ ปรึกษาเศรษฐกิจและ สังคมแห่งชาติ	國家經濟社會諮詢委員會	National Economic and Social Adisory Council
สำนักงานสลากกิน แบ่งรัฐบาล	政府彩票辦公室	The Government Lottery Office
สำนักงานอธิบดีผู้ พิพากษา	審判長辦公室	Office Of the Chief Judge
สำนักงานอัยการ สูงสุด	總警察官辦公室	Office of the Attorney General
สำนักดัชนีเศรษฐกิจ การค้า	經濟貿易指標局	Bureau of Trade and Economic Indices
สำนักนายกรัฐมนตรี	國務院事務部 (總理辦公室)	Prime Minister's Office
สำนักพระราชวัง	皇家內務府	Bureau of the Royal Household
สำนักรชเลขาธิการ	皇家秘書處	Office of His Majesty's Principal Private Secretary

สำนักเลขาธิการคณะรัฐมนตรี	內閣秘書處	The Secretariat of the Cabinet
สำนักเลขาธิการนายกรัฐมนตรี	總理秘書處	The Secretariat of the Prime Minister
สิทธิ	權利	right
สิทธิเลือกตั้ง	選舉權	suffrage
สิทธิมนุษยชน	人權	human rights
สิทธิสมัครรับเลือกตั้ง	被選舉權	fight to be elected
สิบเอก	上士	sergeant
สิบโท	下士	corporal
สิบตรี	上等兵	lance corporal
สุนัขตำรวจ	警犬	police dog
เสนอคำแปรญัตติ	提出修正案	propose an amendment
เสนาธิการ	參謀長	chief of staff
เสียงข้างน้อย	(會議等的)少數票	minority vote
เสียงข้างมาก	(會議等的)多數票	majority vote
เสียงชี้ขาด	決定票	casting vote
เสื้อกันกระสุน	防彈衣	bullet-proof vest
เสื้อชูชีพ	救生衣	life vest

ห		
หน่วยเลือกตั้ง	選舉投票站	polling station
หน่วยเลือกตั้งย่อย	小區選舉站	subdistrict polling station
หน่วยงานราชการ	政府部門	government sector
หน่วยจู่โจม	突擊隊	commando
หน่วยดับเพลิง	消防隊	fire brigade
หน่วยบัญชาการ	指揮所	commandstation
หน่วยบัญชาการทหารพัฒนา	軍人開發司令隊	Armed Forces Development Command
หน่วยปฏิบัติการพิเศษ	特攻隊	armed spies
หน่วยพยาบาลสนาม	野戰醫院	field hospital
หน่วยรบกองโจร	游擊隊	guerrillas
หน่วยรบพิเศษ	特種部隊	special forces
หน่วยราชการอิสระ	獨立政府機構	Independent Agencies
หนังสือมอบอำนาจ	委託書	power of attorney
หน้าที่ไปเลือกตั้ง	公民選舉的義務	obligation of Citizens for election
หนี้สาธารณะ	公債,國債	public debt
หมวกนิรภัย	鋼盔	steel helment
หมายเรียกตัว	傳喚	summons

หมายค้น	搜查證	search warrant
หมายจับ	逮捕證	arrest warrant
หมายศาล	法令院狀	court writ
หลักการ	原則	principle
หลักการและเหตุผล	原則與理由	Principle and Rationale
หลักฐาน	證據	evidence
หอการค้านานาชาติ	國際商會	Iternational Chamber of Commerce (ICC)
ห้องเยียมผู้ต้องขัง	探監室	room for visiting a prisoner
ห้องขัง	牢房/禁閉室	prison cell dungeon watchtower
ห้องขังใต้ดิน	地牢	dungeon
หอสังเกตการณ์	崗樓	watchtower
หัวส่งน้ำประปา	消防龍頭	fire hydrant
หัวหน้าผู้พิพากษา	法庭庭長	president of law court
หัวหน้าพรรค	黨魁	party leader
หาเสียง	拉票	solicit votes
หีบใส่บัตรลงคะแนน	票箱	ballot box
เห็นชอบ	贊同	assent
แหกคุก	越獄	jailbreak

อ		
องค์การการค้าโลก	世界貿易組織	World Trade Organization (WTO)
องค์การการบินพลเรือนระหว่างประเทศ	國際民航組織	International Civil Aviation Organization (ICAO)
องค์การกิจการทางทะเลระหว่างประเทศ	國際海運組織	International Martime Organization (IMO)
องค์การขนส่งมวลชนกรุงเทพ	曼谷公共交通公司	Bangkok Mass Transit Authority
องค์การคลังสินค้า	公共倉儲機構	Public Warehouse Organization
องค์การค้าของคุรุสภา	教師協會貿易機構	The Techers Council Bussiness Organization
องค์การจัดการน้ำเสีย	汙水處理機構	Wastewater Management Authority
องค์การตลาดเพื่อเกษตราร	農民市場營銷組織	The Marketing Organization for Farmers
องค์การนิรโทษกรรมสากล	國際特赦組織	Amnesty International
องค์การพิพิธภัณฑ์วิทยาศาสตร์แห่งชาติ	泰國國家科學博物館	National Science Museum
องค์การฟอกหนัง	皮革工業機構	The Tanning Organization

องค์การเภสัชกรรม	政府藥劑機構	the Government Pharmaceutical Organization
องค์การมหาชน	大眾機構	public organization
องค์การรับส่งสินค้าและพัสดุภัณฑ์	泰國貨物包裹運輸機構	The Express Transportation Organization of Thailand
องค์การแรงงานระหว่างประเทศ	國際樓供組織	International Labour Organization (ILO)
องค์การศึกษาวิทยาศาสตร์และวัฒนธรรมแห่งสหประชาชาติ	聯合國教科文組織	United Nation Education Scientific and Cultural Organization (UNESCO)
องค์การสงเคราะห์ททารผ่านศึกในพระบรมราชูปถัมภ์	國王資助的退伍軍人救濟機構	The war Veterans Organization of Thailand Under the Royal Patronage of H.M. The King
องค์การส่งเสริมกิจการโคนมแห่งประเทศไทย	泰國乳品業促進組織	Daily Farming Promotion Organization of Thailand
องค์การสวนพฤกษศาสต์	植物學機構	Queen Sirikit Botanic Garden

องค์การสวนยาง	橡膠種植園機構	Rubber Estate Organization
องค์การสวนสัตว์ในพระบรมราชูปถัมภ์	國王資助的動物園機構	The Zoological Park Organization Under the Royal Patronage of H.M. The King
องค์การสหประชาชาติ	聯合國	The United Nations (UN)
องค์การสะพานปลา	魚營銷組織	Fish Marketing Organization
องค์การสือสารมวลชนแห่งประเทศไทย	泰國大眾媒介機構	Mass Communication Organization of Thailand
องค์การสุรากรมสรรพสามิต	酒機構(國稅廳)	Liquor Distillery Organization Excise Department
องค์การอนามัยโลก	世界衛生組織	World Health Organization (WHO)
องค์การอาหารและเกษตรแห่งสหประชาชาติ	聯合國糧倉農業組織	Food and Agriculture Organization (FAO)
องค์การอุตสาหกรรมป่าไม้	森林工業機構	The Forest Industry Organization
องค์การอุตุนิยมวิทยาโลก	世界氣象組織	World Meteorological Organization (WMO)
องค์ประชุม	法定人數	quorum

องครักษ์	保鑣/護衛人員	bodyguard
อธิบดีกรมการปกครอง	地方行政廳總幹事	The Director-General of the Department of Provincial
อธิบดีกรมคุมประพฤติ	緩刑廳總幹事	The Director-General of the Department of Probation
อธิบดีกรมคุ้มครองสิทธิและเสรีภาพ	權利與自由保護廳總幹事	The Director-General of the Department of Rights and Liberties Protection
อธิบดีกรมตำรวจ	警察局長	Chief of police
อธิบดีกรมบังคับคดี	法律施行廳總幹事	The Director-General of the Legal Execution Department
อธิบดีกรมพินิจและคุ้มครองเด็กและเยาวชน	青少年觀察和保祿廳總幹事	The Director-General of the Department of Juvenile Protection and Observation
อธิบดีกรมราชทัณฑ์	刑務廳總幹事	The Director-General of the Department of Correctionas
อธิบดีกรมสอบสวนคดีพิศษ	特別案件調查廳總幹事	The Director-General of the Department of Special Investigation
อนุญาโตตุลาการ	仲裁員	arbitrator
อัยการสูงสุด	首席檢察官	the Attorney-Gernal
อนุกรรมาธิการ	小組委員會	sub-committee
อนุมัติ	批准	approve
อภิปราย	討論	debate

อภิปรายทั่วไปเพื่อลงมติไม่ไว้วางใจนายกรัฐมนตรี	對總理不信任案的普通辯論	general debate for vote of censure in the Prime Minister
อภิปรายทั่วไปเพื่อลงมติไม่ไว้วางใจรัฐมนตรีเป็นรายบุคคล	對部長不信任案的普通辯論	general debate for vote of censure in the minister
ออกเสียงลงคะแนน	投票	vote
อัยการสูงสุด	公訴人	prosecutor
อาชญากร	罪犯	criminal
อายุของวุฒิสภา	上議院任期	Senate tenure
อายุของสภาผู้แทนราษฎร	下議院任期	The House of Commons term
อาวุธที่ใช้ก่อคดี	凶器	murder weapon
อำนาจ	權利	power
อำนาจควบคุมการบริหารราชการแผ่นดิน	國家行政管理的控制權	public administration control
อำนาจรัฐ	政權	political power

อำนาจหน้าที่	權利與責任/職權	authority
อำนาจอธิปไตย	主權權利	sovereign power
เอกภาพ	統一	unity
เอกสารคำตัดสิน	判決書	judgment
เอกสิทธิ์	特權	privilege
เอกอัครราชทูต	大使	ambassador
เอกอัครราชทูตวิสามัญผู้มีอำนาจเต็ม	特命全權大使	ambassador extraordinary and plenipotentiary

第二部分 泰中－商業詞彙

泰文	中文	英文
ก		
กฎเกณฑ์	規則、準則	rule
กฎธรรมชาติ	自然規律	natural law
กฎระเบียบของสมาคม	行規	guild regulations
กฎระเบียบบริษัท	公司規則	Company Rules&Regulation
กฎหมาย	法律	law
กฎหมายคุ้มครองผู้บริโภค	消費者權益保護法	consumer protection
กฎหมายพาณิชย์	商法	commercial law
กฎหมายระหว่างประเทศ	國際公法	international law
กฎหมายแรงงาน	勞動法	labour law
กฎหมายอาญา	刑法	criminal law
กดราคา	壓價	lower the price
กรมธรรม์ประกันภัย	保險單	insurance policy
กรรมกร	工人	worker

กรรมกรก่อสร้าง	建築工人	construction laborer
กรรมการบริษัท	董事	director
กรรมการบริหาร	執行董事	Executive Director
กรรมการผู้จัดการ	常務理事	managing director
กรรมการผู้จัดการใหญ่	董事總經理	president
กรรมสิทธิ์	所有權	ownership
กระดาษเขียนจดหมาย	信紙	letter paper
กระตุ้น	衝動	urge
กระบวนการ	程序	process
กระบวนการจัดซื้อ	採購過程	purchasing process
กระบวนการผลิต	生產過程	production process
กระแสเงินทุน	資本流動	flow of capital; capital flows
กระแสเงินสด	現金流量	cash flow
กระแสเงินสดเข้า	現金流入	cash inflow
กระแสเงินสดสุทธิ	淨現金流量	Net Cash Flow
กระแสรายวัน	經常帳戶	current account; checking account
กลไกตลาด	市場機制	market force

กลไกราคา	價格機制	price mechanism
กลยุทธ์ทางธุรกิจ	經營策略	business strategy
กล่อง	盒	box, case
กล่องใส่เครื่องมือ	工具箱	toolbox
กลางเดือน	中旬	middle of the month
กองทุน	基金	fund
กลุ่มบริษัททุนข้ามชาติ	國際財團	international consortium
กลุ่มหลักทรัพย์	證券投資組合	portfolio
กองทุนช่วยเหลือสังคม	救濟金	relief fund
กองทุนปิด	封閉式基金	closed-end fund
กองทุนเปิด	開放式基金	opened-end fund
กองทุนรวม	共有基金	mutual fund
กองทุนรวมเพื่อร่วมลงทุน	創業投資基金	venture capital fund
กองทุนสำรองเลี้ยงชีพ	公積金	provident fund
ก่อตั้งขึ้น	創辦	found,establish

ก่อน กำหนด,ล่วงหน้า	提早	shift to an earlier time
ก่อนหักรายจ่าย	總收入	gross income
กะกลางคืน	夜班	night shift
กะกลางวัน	日班	day shift
กักตุน	囤積	hoard
ก๊าซธรรมชาติ	天然氣	natural gas
ก๊าซธรรมชาติ สำหรับยานยนต์(ซี เอ็นจี)	壓縮天然氣	compressed natural gas
การก่อสร้างขั้น พื้นฐาน	基本建設	capital construction
การกำกับดูแล กิจการ	公司治理	Corporate Governance
การเก็งกำไร	金融投機	financial speculation
การแก้ไข	矯正措施	corrective action
การขนส่งทางทะเล	海運	sea transport
การขนส่งทางน้ำ	航運、海運	shipping
การขนส่งทางบก	陸運	land transportation

การขนส่งทางอากาศ	空運	air transportation
การขนส่งสินค้า	貨運	freight
การขยายเวลาการชำระหนี้	延長貸款日期	Extension of Credict
การขายทอดตลาด	拍賣	auction
การเข้าประมูล	競拍	bid at an auction
การแข่งขันเสรี	自由競爭	free competition
การครอบงำกิจการ	接管	takeover
การควบคุมคุณภาพ	質量控制	quality control
การควบคุมต้นทุน	成本控制	cost control
การควบคุมราคา	價格控制	price control
การควบบริษัท	公司合併	company amalgamation
การค้า	商業	commercial
การค้าชายแดน	邊境貿易	border trade
การค้าทดแทน	補償貿易	compensation trade
การค้าแบบแลกเปลี่ยนสินค้ากัน	易貨貿易	barter trade

การค้า ภายในประเทศ	國內貿易	domestic trade
การค้าระหว่าง ประเทศ	對外貿易	foreign trade
การค้าเสรี	自由貿易	free trade
การคิดค่าเสื่อม ราคาในอัตราเร่ง	加速折舊	accelerated depreciation
การคืนเงินภาษี (สินค้าส่งออก)	出口退稅	export rebate
การเงิน	財政	financial
การเงินและการคลัง	金融貨幣	financial and monetary
การเงินและการ บัญชี	財會	financial and accounting
การจดสิทธิบัตร	專利權登記	registration of patent
การจราจรติดขัด	交通壅塞	traffic jam
การจองที่ในเรือ บรรทุกสินค้า	訂艙位	book shipping space
การจัดการด้าน ทรัพยากร	資源管理	resource management

การจัดการลูกค้าสัมพันธ์	客戶關係管理	Customer Relationship Management
การจัดการสินค้าคงเหลือ	庫存管理	Inventory Management
การจัดการห่วงโซ่อุปทาน	供應連鎖管理	Supply Chain Management
การจัดเก็บเอกสาร	存檔制度	filing system
การจัดซื้อ	採購	purchasing
การจัดสรรกำไรสุทธิ	盈餘分配	appropriation og net income
การจัดสรรเงินทุน	資產分配	asset allocation
การจัดหลักสูตรฝึกอบรมในกิจการ	內部培訓	in-house training
การจัดหาทรัพยากร	資源提供	provision of resource
การจูงใจด้านภาษี	稅收鼓勵	tax incentive
การเจรจาการค้า	貿易談判	trade negotiation
การช่วยเหลือทางด้านการเงิน	資助	subsidize

การ์ดเครือข่าย	網卡	network card
การ์ดแต่งงาน	喜帖	wedding card
การ์ดอิเล็กทรอนิกส์	電子卡	e-card
การตรวจบัญชี	查帳	inspection of accounts
การตรวจสอบคุณภาพ	質量檢查	quality inspection
การตรวจสอบบัญชี	帳目檢查	audit
การเตรียมการ	安排	arrangement
การแต่งบัญชี	做假帳	creative accounting
การถอนหุ้น	退股	stock withdrawal
การถ่ายลำ	轉船裝運	transshipment
การทยอยส่งสินค้าบางส่วน	分批裝運	partial shipment
การทำการตลาดออนไลน์	網路行銷	online marketing
การทำงานเป็นทีม	團隊協作	teamwork
การธนาคาร	銀行業	banking
การนัดหยุดงานประท้วง	罷工	strike

การนำทรัพย์สินมาจำนองค้ำประกันเงินกู้	抵押擔保	mortgage guarantee
การนำทรัพย์สินมาชำระหนี้	抵債	pay a debt in kind
การแนะแนววิชาชีพ	職業指導	vocational guidance
การบรรทุกสินค้า	裝貨	loading
การบริการทางด้านแรงงาน	勞務	lobour service
การบริการหลังการขาย	售後服務	after sales service
การบริหารความเสี่ยง	風險管理	risk management
การบริหารจัดการเอกสาร	文件管理	document management
การบัญชี	會計	accounting
การบัญชีการเงิน	財務會計	financial accounting
การบัญชีบริหาร	管理會計	managerial accounting

การปกป้องทางการค้า	保護貿易	protect trade
การปฏิรูป	改革	reform
การปรับโครงสร้างสินทรัพย์	資產重組	assets restructuring
การป้องกัน	預防措施	preventive action
การประกันการกู้ยืม	貸款擔保	loan guarantee
การประกันคุณภาพ	質量保證	quality assurance
การประกันภัย	保險	insurance
การประชุมใหญ่ผู้ถือหุ้น	股東大會	general meeting of shareholders
การประเมินมูลค่าทรัพย์สิน	資產評估	assets evaluation
การประท้วงหยุดงาน	罷工	strike, walk off the job
การปั่นหุ้น	炒股	speculate in stocks and shares
การปิดห้างร้านเพื่อประท้วง	罷市	shopkeeper's strike
การเปลี่ยนแปลง	變更	change

การผูกขาดราคา	壟斷價格	monopolistic price
การฝึกอบรมและพัฒนา	人力資源開發	human resource development
การฝึกอบรมิชาชีพ	職業訓練	vocational training
การพบปะ	會見	meeting
การเพิ่มทุน	增加股本	increase share cpital
การระดมเงินทุน	籌集資金	raise funds
การลงทุน	投資	investment
การลดจำนวนพนักงาน	裁員	redundancy
การแลกเปลี่ยนสินค้า	物物交換	Barter
การวางแผน	規則	planning
การวิเคราะห์ข้อมูล	資料分析	analysis of data
การวิเคราะห์โครงการลงทุน	項目投資分析	project investmant analyist
การวิเคราะห์งบการเงิน	財務報表分析	Analysis of Financial Statements
การวิเคราะห์ต้นทุน	成本分析	cost analysis

การวิเคราะห์ต้นทุนปริมาณกำไร	本量利分析	cost volume profit analysis
การวิเคราะห์อัตราส่วนทางการเงิน	比率分析	ratio analysis
การวิจัยตลาด	市場調研	marketing reserch
การส่งมอบเอกสารแลกเปลี่ยนกับการชำระเงิน	付款交單	document against payment
การส่งมอบเอกสารแลกเปลี่ยนกับการรับรองตั๋ว	成兌交單	document against acceptance
การสนทนา	會談	talks
การสมัครงาน	求職	apply for a job
การสื่อสารภายใน	內部溝通	internal communication
การสุ่มตัวอย่างเพื่อการยอมรับ	驗收抽樣	acceptance sampling
การหลบภาษี	避稅	tax avoidance
การโอนหุ้น	股權轉讓	transfer of share

กาลเทศะ	場合	occasion
กำแพงกีดกันทางการค้า	貿易壁壘	trade barrier
กำแพงภาษี	保護關稅	protective tariff
กำไร	利潤	profits
กำไรขั้นต้น	毛利	gross profit
กำไรเฉลี่ย	平均利潤	average profit
กำไรต่อปี	每年收益	annual earning
กำไรต่อหน่วย	單位利潤	unit profit
กำไรที่ได้มาโดยวิธีที่ไม่ถูกต้อง	暴利	enormouse profit
กำไรน้อยแต่ยอดขายมาก	薄利多銷	small profits but quick turnover
กำไรส่วนเกิน	貢獻毛利	Contribution Margin
กำไรสุทธิ	淨利/純利潤	net profit
กำลังการผลิต	生產力	productivity
กำหนด	指定	specify
กำหนดการเดินเรือ	船期	sailing date
กำหนดราคา	定價	pricing

กิ๊กกะไบต์	吉字節	gigabyte
กิจกรรมส่งเสริมการขาย	推銷活動	promotion
กิจการ	企業	business
กิจการเจ้าของคนเดียว	獨資企業	individual proprietorship
กิจการร่วมค้า	合資企業	joint venture,consortium
กิโลกรัม	公斤	kilogram
กิโลไบต์	千字節	kilobyte
กุญแจ	鑰匙	key
กู้เงิน	貸款	loan money
เก็งกำไร (หุ้น)	炒股	speculate in the stock market
เก็งกำไรค่าเงิน	貨幣投機	currrency speculation
เก็บเงิน	收費	collect fees
เก็บรักษาไว้	保存	preserve
เก็บสะสม	儲備	store up reserves
เกรดสินค้า	等級	grade
เกินจากที่กำหนดไว้	超過	exceed

แก้ปัญหา	處理	deal with
แก๊ส	氣體	gas
แก๊สชีวภาพ	生物氣/沼氣	biogas
แก๊สเชื้อเพลิง	燃料氣	fuel gas
แก๊สหุงต้ม(แอลพีจี)	液化石油氣/煤氣	liquefied petroleum gas
โก่งราคา	抬價	to raise the price
โกดัง	倉庫	warehouse
ใกล้	近	near
ข		
ขนถ่ายสินค้า	裝卸	loading and unloading
ขนย้าย	搬運	transport
ขนส่ง	運輸	transport
ขนส่งสินค้า	貨運	cargo transport
ขนาด	尺寸	size
ขนาดเล็ก	小型	small-size
ขนาดใหญ่	大型	large-size
ขยายธุรกิจ	拓展業務	expand business
ขยายตลาด	擴展市場	expand market
ข้อกำหนด	規定	stipulation

ข้อกำหนดในระบบบริหารคุณภาพ	品質管理系統	Quality Management System
ข้อกำหนดด้านเอกสาร	文件化要求	documentation requirement
ข้อกำหนดทั่วไป	一般要求	general requirement
ข้อความสั้น	短信	short message
ข้อตกลงทางการค้า	貿易協定	trade agreemant
ข้อมูลอ้างอิง	參考數據	reference
ขอคืนภาษี	退稅	tax refund
ของเก่า	骨董	antique
ของขวัญ	禮物	gift,present
ของขวัญแต่งงาน	結婚禮物	wedding gift
ของขวัญวันเกิด	壽禮/生日禮物	birthday gifts
ของขวัญอวยพร	賀禮	congratulatory gift
ของใช้	用品	articles for use
ของดี	上等品	fine quality product
ของดีราคาเป็นธรรม	貨真價實	genuine goods at fair prices
ของต้องกำจัด	限運貨物	restricted goods

ของต้องห้าม	違禁品	prohibited goods
ของเถื่อน	黑貨	contraband
ของแท้	真貨	original product
ของนอก	進口貨	imported goods
ของปลอม	假貨	artificial product
ของพื้นเมือง	土產	local product
ของเล่น	玩具	toy
ขอได้โปรดช่วยให้อุดหนุน	敬請惠顧	Your patronage is requested
ข้อตกลงการค้า	貿易協定	trade agreemant
ขอตัวสักครู่	失陪一下	be excused for a moment
ขอถามหน่อย	請問	Excuse me.
ขอโทษ	道歉	apologize
ขอบคุณ	謝謝	Thank you.
ข้อบังคับของบริษัท	公司章程	articles of association
ข้อพิพาทระหว่างนายจ้างและลูกจ้าง	資勞糾紛	disputes between capital and labour
ข้อมูล	資料	data
ช้อมูลอ้างอิง	參考數據	reference

ขออภัย	請原諒/抱歉	Please forgive me.
ขั้นตอน	程序	procedures
ขับขี่	駕駛	drive
ขับเคลื่อน	帶動	propel
ขาดแคลน	短缺	lack of
ขาดเงิน	現金短缺	short of cash
ขาดดุล	虧損	to run deficit
ขาดตลาด	缺貨	be in short supply
ขาดทุน	虧本	loss money in business
ขาดทุนสุทธิ	淨虧損	net loss
ขาย	賣	sell
ขายดี	暢銷	fast smeller,very marketable
ขายตรง	直銷	direct sale
ขายต่อ	轉賣	resell
ขายปลีก	零售	retail
ขายไม่ออก	賣不掉的	unsaleable
ขายยังไง?	怎麼賣?	How do you sell?
ขายยาก	難以推銷	difficult to push any sales
ขายล้างสต็อค	清倉出售	clearance sale

ขายส่ง	批發	wholesale
ขายสินค้าออนไลน์	網上售賣	online sales
ขายหมด	賣光	sold out
ขายออก	脫手	out of hand
ข่าว	新聞	news
ข่าวกรอง	情報	intelligence report
ข่าวการเมือง	政治新聞	political news
ข่าวกีฬา	體育新聞	sports news
ข่าวคราว	消息	news
ข่าวต่างประเทศ	國際新聞	international news
ข่าวในประเทศ	國內新聞	domestic news
ข่าวบันเทิง	娛樂新聞	entertainment news
ข่าวพาดหัว	標題	headline
ข่าวลือ	傳聞	rumor
ข่าวเศรษฐกิจ	經濟新聞	economic news
ข่าวสังคม	社會新聞	social news
ข่าวสาร	信息	news
ขึ้นฝั่ง	上岸	go ashore
ขึ้นรถ	上車	get on the car

ขึ้นราคา	漲價	increase in price
ขึ้นราคาแบบไม่โปร่งใส	變相漲價	raise price in disguised form
ขึ้นอยู่กับ	取決於	rest with
เขตการค้าเสรี	自由貿易區	free-trade zone
เขตการค้าเสรีอาเชียน	東協自由貿易區	ASEAN Free Trade Area
เขตทัณฑ์บน	保稅區	Duty free zone
เขตเศรษฐกิจพิเศษ	經濟特區	special economic zone
เข้าใจ	理解	understanding
เข้าถือหุ้น	參股	joint-stock
เข้าทำงาน	上班	on duty
เข้าประมูลแข่งขัน	競標	copetitive bidding
เข้าร่วมงานแสดง	參展	take part in an exhibition
เข้าร่วมประชุม	出席	attend
เข้ารับราชการทหาร	服兵役	military service
เขียนจดหมาย	寫信	write a letter
แขก	客人	guest

แขกผู้ทรงเกียรติ	嘉賓	guest og honour
แข็งค่า(ค่าเงิน)	升值	appreciattion
ไขควง	螺絲起子	screwdriver
ค		
คณะกรรมการ	董事會	board of directors
คนขับแท็กซี่	出租車司機	taxi driver
คนขายขนมปัง	麵包師	backer
คนขายดอกไม้	花商	florist
คนขายเนื้อ	肉商	butcher
คนขายปลา	魚販	fishmonger
คนขายผักและผลไม้	蔬菜水果商	greengrocer
คนเขียนต้นฉบับ	撰稿員	copywriter
คนค้ำประกัน	保證人	guarantor
คนงาน	工人	worker
คนงานเหมืองแร่	礦工	miner
คนเดินถนน	過路人/行人	passerby
คนทำรองเท้า	鞋匠	shoemaker
คนพายเรือ	船工	boatman

คนวาดรูปประกอบ	插圖畫家	illustrator
ค้นหา	尋找	find,search
ครบกำหนด	到期	become due
ครบวงจร	成套	complete set
ครึ่งราคา	半價	half price
ครู,อาจารย์	老師	teacher
คลอดบุตร	分娩	childbirth
คลัง	金庫	treasury
คลังสินค้า	倉庫	warehouse
คลังสินค้าทัณฑ์บน	保稅倉庫	bonded warehouse
คลิปบอร์ด	剪貼版	clipboard
คลื่นวิทยุ AM	調幅	amplitude modulation;AM
คลื่นวิทยุ FM	調頻	freqeuncy modulation;FM
ควบคุมภายใน	內部控制	internal controls
ควบรวมกิจการ	企業合併	merger
ความเชื่อถือ, สินเชื่อ,เครดิต	信用	credit
ความแตกต่าง	差別	difference
ความแตกต่าง	價差	price gap

ทางด้านราคา		
ความปลอดภัย	安全	safety
ความเป็นเอกภาพด้านเศรษฐกิจ	經濟實體	economic entity
ความผิดพลาด	差錯	mistake
ความพึงพอใจของลูกค้า	客戶滿意	customer satisfaction
ความมั่งคั่ง	財富	wealth
ความรับผิดชอบของผู้บริหาร	管理責任	managemenat responsibility
ความรู้ทั่วไป	嘗試	general knowledge
ความลับทางการค้า	商業秘密	trade secret
ความสะดวกสบาย	便利	convenient
ความสัมพันธ์ระหว่างนายจ้างและลูกจ้าง	勞資關係	employy-employer relations
ความสามารถทางการเงิน	財力	financial
ความสำเร็จ	成就	achievement

ความเสี่ยง	風險	risk
ความเสี่ยงในการลงทุน	風險投資	risk investment
ค้อน	錘子	hammer
คอมพิวเตอร์	電腦	computer
คอมพิวเตอร์กราฟฟิก	計算機製圖	computer graphics
คอมพิวเตอร์ตั้งโต๊ะ	台式電腦 桌上型電腦	desktop computer
คอมพิวเตอร์โน๊ตบุ๊ค	筆記本電腦	laptop computer
คอร์รัปชั่น	貪汙	corruption
คอลัมนิสต์	專欄作家	columnist
คะแนนสะสม	積分	accumulate points
คัดลอก	拷貝	copy
คัทเอาท์	斷路器	cutout
ค่าขนย้ายสิ่งของ	搬運費	removal expense
ค่าขนส่ง/ค่าระวาง	運費	freight cost
ค่าครองชีพ	生活費用	cost of living
ค่าโฆษณา	廣告費	advertising expenses

ค่าเงิน	貨幣的價值	the value of money
ค่าเงินบาท	泰銖的價值	value of the Baht
ค่าจ้าง,ค่าแรง	工資	wages
ค่าจ้างรายวัน	日薪	daily wage
ค่าจ้างรายสัปดาห์	周薪	weekly wage
ค่าชดเชยกรณีเลิกจ้าง	解雇費	severance pay
ค่าชดเชยกรณีว่างงาน	失業補助金	unemployment compensation
ค่าเช่าที่	租地費	ground rent
ค่าเช่าบ้าน	租房費	house rent allowance
ค่าใช้จ่าย	費用	expenses
ค่าใช้จ่ายของรัฐ	公費	public expense
ค่าใช้จ่ายโดยประมาณ	平均費用	average expenses
ค่าใช้จ่ายที่เกิดขึ้นจากการดำเนินงาน	管理費用	overhead cost
ค่าใช้จ่ายในการดำเนินงาน	營業費用	operating expenses

ค่าใช้จ่ายในการเดินทาง	差旅費	travel expenses
ค่าใช้จ่ายเบ็ดเตล็ด	雜費	sundry expenses
ค่าโดยสารรถไฟ	火車費	train fare
ค่าตอบแทน	報酬	pay
ค่าท่าเรือ	碼頭稅	wharfage
ค่าโทรศัพท์	電話費	telephone charge
ค่าธรรมเนียม	服務費	service charge
ค่าธรรมเนียมธนาคาร	銀行手續費	bank charges
ค่านายหน้า	經紀費	brokerage charges
ค่าบำรุงรักษา	維修費用	maintenance costs
ค่าเบี้ยเลี้ยง	津貼	allowance
ค่าประกันภัย	保險費	insurance cost
ค่าปรับ	罰款	fine
ค่าไปรษณียากร	油費	postage
ค่าเผื่อ	備抵	allowance(accounting sense)
ค่าเผื่อหนี้สงสัยจะสูญ	呆帳準備金	allowance for doubtful accounts

ค่าเผื่อหนี้สูญ	備抵壞帳	allowance for bad debts
ค่ารถโดยสาร	車費	bus fare
คาร์บอนไดออกไซด์	二氧化碳	carbon dioxide
คาร์บอนมอนอกไซด์	一氧化碳	carbon monoxide
ค่าระวาง	運費	freight
ค่าระวางจ่ายที่ต้นทาง	運費預付	freight prepaid
ค่าระวางจ่ายที่เมืองปลายทาง	運費到付	freight collect
ค่าแรงงานขั้นต่ำ	最低工資	minimum wage
ค่าลดหย่อนภาษี	稅收減免	tax allowance
ค่าล่วงเวลา	加班費	overtime pay
ค่าลิขสิทธิ์	使用權稅	royalty
ค่าลิขสิทธิ์ (เกี่ยวกับสิ่งพิมพ์)	版稅	royalty
ค่าส่งสินค้าทางเครื่องบิน	航空運費	air freight charge

ค่าส่งสินค้าทางเรือ	海運費	sea freight charge
ค่าสินไหมทดแทน	賠償金	compensation
ค่าสุทธิ	淨值	net worth
ค่าเสียหาย	損失費	damages
ค่าเสื่อมราคา	折舊費	depreciation cost
ค่าเสื่อมราคาวิธีเส้นตรง	直線折舊法	straight line depreciation
ค่าเสื่อมราคาสะสม	累計折舊	accumulated depreciation
คำนวณ	計算	calculate
คำบรรยายลักษณะงาน	職務內容	job description
คำไว้อาลัย	悼辭	lament
คำอวยพร	祝詞	congratulatory speech
คิดเงิน	收費	charge
คิดบัญชี	算帳	work out accounts
คิดให้เป็นกรณีพิเศษ	優惠	favorable
คีม	鉗子	pliers
คีมตัดลวด	鋼絲鉗	wire-cutter

คีมปากแบน	鴨嘴鉗	gripping tongs
คีย์บอร์ด (คอมพิวเตอร์)	鍵盤	keyboard
คืนสินค้า	退貨	return goods
คุณภาพ	質量	quality
คุณภาพต่ำ	低質量	low-quality
คุณภาพสินค้า	品質	goods quality
คุ้มค่า	合算	worthwhile
คุ้มทุน	收支平衡	break even
คู่มือคุณภาพ	品質手冊	quality manual
เครดิต	信用/貸款	credit
เครน	鶴/起重機	crane
เครือข่ายธุรกิจ	生意網路	business network
เครือข่ายสังคม	社交網路	social network
เครือข่ายสังคมออนไลน์	在線網路社會	online social network
เครื่องกรอง	過濾器	filter
เครื่องกลั่น	蒸餾器	distilling apparatus
เครื่องกลึง	車床	lathe

เครื่องกว้าน	絞車	winch
เครื่องกำเนิดไฟฟ้า/ไดนาโม	發電機	electric generator/dynamo
เครื่องขัดกระดาษทราย	砂光機	sander
เครื่องขัดพื้น	地板打蠟機	floor polisher
เครื่องขายตั๋ว	自動收票機	ticket machine
เครื่องคว้าน	鏜床	boring machine
เครื่องจักร	機器	machinery
เครื่องจักรขัดข้อง	機器故障	the machine is out of order
เครื่องจักรชำรุด	機器損壞	the machine is damage
เครื่องจำหน่ายสินค้าอัตโนมัติ	自動售貨機	vending machine
เครื่องเจาะ	鑽孔機	drilling machine
เครื่องเจียร์	角向磨光機	angel grinder
เครื่องชั่งดิจิตอล	電子台秤	digital scale
เครื่องเชื่อม	焊接機	welder
เครื่องเซาะโลหะ	铣床	milling machine
เครื่องเบิกเงินสด	自動取款機	automatic teller machine(ATM)

อัตโนมัติ		
เครื่องตกแต่งและ ติดตั้ง	設備裝置	furniture and fixtures
เครื่องตอบรับ โทรศัพท์อัตโนมัติ	自動錄音電話	automatic answering machine
เครื่องตัดกระดาษ	切紙機	paper cutting machine
เครื่องต๊าปเกลียว	攻絲機	tapping machine
เครื่องโทรศัพท์	電話機	telephone
เครื่องโทรสาร	傳真機	fax machine
เครื่องบันทึกสมุด เงินฝาก	存摺補登機	automatic passbook update machine
เครื่องบิน	飛機	airplane
เครื่องบินโดยสาร	客機	passenger
เครื่องบินบรรทุก สินค้า	貨機	freight carrier
เครื่องปรับพื้นถนน	堆土機	bulldozer
เครื่องปรับอากาศ	冷氣機	air-conditioner
เครื่องปั่นฝ้าย	紡紗機	spinner
เครื่องปั๊ม	壓力機	power press machine

เครื่องแปลงไฟ	變壓器	transformer
เครื่องปริ้นต์	打印機	printer
เครื่องมือ	工具	tools
เครื่องมือค้นหาข้อมูล	搜索引擎	search engine
เครื่องยนต์	發動機	engine
เครื่องย่อยหิน	壓碎器	crushers
เครื่องร่อน	滑翔機	glider
เครื่องลับคม	刀具磨床	cutter grinding machine
เครื่องวายคัท	線切割加工機	wire cutting
เครื่องสแกน	掃描機	scanning machine
เครื่องสูบน้ำ	抽水機	water pump
เครื่องสูบลม	打氣筒	tyre pump
เครื่องไส	平刨機	planer
เครื่องหมายการค้า	商標	trade mark
เครื่องหมายจราจร	路標	road sign
เครื่องอุปโภคบริโภค	消費品	consumer goods
เครื่องเอทีเอ็ม	自動取款機	automatic teller machine

เครื่องไฮดรอลิกส์	液壓機	hydraulic machine
เคลมค่าเสียหาย	索賠	claim damages
เคาน์เตอร์เก็บเงิน	收銀處	cashier's desk
แคชเชียร์เช็ค	銀行本票	cashier's cheque
แคตตาล็อก	目錄	catalogue
แคตตาล็อกสินค้า	商品目錄	product catalog
แคลเซียมคาร์บอเนต	碳酸鈣	calcium carbonate
แคลเซียมซัลเฟต	硫酸鈣	calcium sulphate
แคลเซียมฟอสเฟต	磷酸鈣	calcium phosphate
โค้งคำนับ	鞠躬	bow
โครงสร้างพื้นฐาน	基礎建設	infrastructure
โครงสร้างอุตสาหกรรม	商業結構	industrial structure
โควตา	配額/定額	quota
ความเสี่ยงการลงทุน	風險投資	venture capital
ฆ		
โฆษก	播音員	announcer

โฆษณา	廣告費	advertisement
ง		
งบ	預算	budget
งบการเงิน	財務報表	financial statement
งบกำไร-ขาดทุน	餘額明細表	balance statement
งบกำไรสะสม	保留盈餘表	statement of retained earnings
งบดุล	資產負債表	balance sheet
งบประมาณ	預算	budget
งบประมาณขาดดุล	財政赤字	financial deficits
งบประมาณเงินสด	現金預算	cash budgets
งบประมาณดำเนินงาน	營業預算	operating budgets
งบประมาณลงทุน	資本預算	capital budgets
งาน	工作	job
งานฉลองมงคลสมรส	結婚宴會	wedding party
งานตามฤดูกาล	季節工作	seasonal work
งานเต้นรำ	舞會	ball
งานแต่งงาน	婚禮	wedding ceremony

งานที่คิดค่าแรงเป็นรายชิ้น	計件工作	piecework work
งานที่ต้องทำเป็นกะ	換班工作	shift work
งานนิทรรศการ	博覽會	fair
งานบวช	授神職禮	ordination
งานพิธี	典禮	ceremony
งานแฟนซี	化裝舞會	fancy ball
งานเลี้ยงค็อกเทล	雞尾酒會	cocktail party
งานเลี้ยงฉลองปีใหม่	新年晚會	new year's banquet
งานเลี้ยงฉลองวันคริสต์มาส	聖誕晚會	Christmas party
งานเลี้ยงฉลองสิ้นปี	中年餐會	year-end dinner party
งานเลี้ยงต้อนรับ	歡迎會	welcome party
งานเลี้ยงที่บ้าน	家庭宴會	at-home party
งานเลี้ยงน้ำชา	茶會	tea party
งานเลี้ยงในสวน	遊園會	garden party
งานเลี้ยงบุฟเฟ่ต์	立食餐會	buffet party
งานเลี้ยงอำลา	告別宴會	farewell banqet

งานวันเกิด	生日宴會	birthday party
งานศพ	葬禮	funeral
งานหัตถกรรม	手工製品	handwork
เงิน	錢	money
เงินกู้	貸款	a (monetary) loan
เงินคงคลัง	國庫儲備	treasury reserves
เงินค่านายหน้าที่ได้จากการขาย	銷售傭金	sales commission
เงินค้ำประกัน	保證金	cash deposit
เงินช่วยเหลือ	津貼/補助金	(financial) aid; grant ; subsidy
เงินช่วยเหลือกรณีทุพลภาพ	傷殘撫恤金	wound and disability pension
เงินเชื่อ	貸款	credit
เงินดอลล่าร์ไต้หวัน	台灣新台幣	New Taiwan dollar
เงินดอลล่าร์สหรัฐ	美元	U.S. dollars
เงินดอลล่าร์ออสเตรเลีย	澳元	Australian dollar
เงินดอลล่าร์ฮ่องกง	港幣	Honh Kong dollr
เงินดาวน์	首次付款	downpayment

เงินเดือน	薪水,工資	salary
เงินเดือนขั้นต่ำ	底薪	base salary
เงินได้	收入	income ;revenue
เงินได้พึงประเมิน	可納稅收入	assessable income
เงินต้น	貸款本金	principal of a loan
เงินต้นและดอกเบี้ย	本息	principal and interest
เงินตราต่างประเทศ	外匯	foreign exchange
เงินตราสกุลแข็ง	硬通貨	hard currency
เงินทดรองจ่าย	預付款/墊款	advance payment
เงินทอน	找頭	change
เงินที่ให้กู้	貸款	loan
เงินทุน	資金	capital
เงินทุนขาดความคล่อง	資金失調	be illiquid
เงินทุนจดทะเบียน	註冊資金	registered capital
เงินทุนสำรอง	儲備金	capital reserve
เงินทุนหมุนเวียน	周轉資金	revolving fund
เงินบาท	泰銖	Tahai Baht
เงินบำนาญ	退休金	retirement pay

เงินโบนัส	紅利	bonus
เงินประกัน/เงินมัดจำ	押金	deposit
เงินปลอม	假幣	false coin
เงินปลีก	零錢	small change
เงินปอนด์สเตริ่ง	英鎊	pound sterling
เงินปันผล	股份紅利	stock dividend
เงินเปโซ	比索	peso
เงินผ่อน	分期付款	an installment
เงินฝาก	存款	deposit (as security)
เงินเฟ้อ	通貨膨脹	inflation
เงินมัดจำ	定線	deposit
เงินยูโร	歐元	euro
เงินเยน	日元	yen
เงินรางวัล	捕獲金	prize money
เงินรูปี	盧比	rupee
เงินลงทุน	投入資金	invested funds
เงินวอนเกาหลี	韓元	korean won
เงินสด	現金	cash

เงินสะสม	儲蓄	savings
เงินสำรอง	儲備金	reserved funds
เงินสำรองระหว่างประเทศ	國際儲備	International Reserves
เงินหยวน	人民幣	renminbi
เงินอุดหนุน	津貼/補助金	(financial) aid; grant ; subsidy
เงื่อนไข	條件	condition
เงื่อนไขการทำงาน	勞動條件	labour condition
จ		
จดจำ	記住	to remember
จดทะเบียนเครื่องหมายการค้า	註冊商標	registered trademark
จดทะเบียนลิขสิทธิ์	登記版稅	registered copyright
จดทะเบียนสิทธิบัตร	登記專利	registered patent
จดหมาย	信	letter
จดหมายด่วน	快信	express letter
จดหมายที่ส่งมา	來函	the letter which you wrote
จดหมายแนะนำตัว	介紹信	letter of introduction

จดหมายรับรอง	證明信	letter of reference
จดหมายลงทะเบียน	掛號信	registered letter
จดหมายลงทะเบียนตอบกลับ	雙掛號	AR registered leter
จดหมายสมัครงาน	求職信	application letter
จริงใจ	真誠	sincere
จองตั๋ว	訂票	to issue tickets
จองที่บนเรือ (สำหรับผู้โดยสารหรือสินค้า)	訂船位	booking the shipping space
จอดฟรี	免費停車	free parking
จัดจำหน่าย	發行	distribution
จัดพิมพ์	出版	publish
จัดระเบียบ	整理	organize
จัดเรียง	陳列	display
จัดสรร	調撥	allot
จัดสรรเงิน	撥款	allocate funds
จัดเสบียงให้	補給	supply
จับต้องไม่ได้	無實體的	intangible

จ่ายคืน	償還	repay
จ่ายเงิน	付錢	pay money
จ่ายเงินสด	付現款	pay by cash
จ่ายชำระ	支付	pay
จ่ายดอกเบี้ย	付利息	payment of interest
จำนวน	數額	amount; number
จำนวนมากมาย	大批	large quantity
จำนวนสั่งซื้อขั้นต่ำสุด	最低訂貨量	minimum order quantity
จำนอง	抵押	mortgage
จำนำ	典當	pawn
จำหน่าย	出售	distribute; sell
จำหน่ายทางไปรษณีย์	郵售	sell by mail
จุดคุ้มทุน	收支平衡點	break even point
จุดชำระเงิน	收款處	paypoint
จุดตรวจหนังสือเดินทาง	護照檢查處	passport control immigration
จุดทศนิยม	百分點	percentage point

จุดนัดพบ	集合點	assembly point
จุดมุ่งหมาย	標的	target
จุดรับแจ้งของหาย	失物招領處	lost and found office
จุดรับฝากกระเป๋า	行李存放處	luggage depository
จุดสอบถาม,ประชาสัมพันธ์	問訊處	information desk
จุดหมาย	目的地	destination
จุดอิ่มตัว	飽和點	saturation point
เจรจา	談判	negotitate
เจอกันพรุ่งนี้	明天見	See you tomorrow.
เจ้าของ	業主	owner; proprietor
เจ้าของร้าน	店主	shop owner
เจ้าของเรือ	船主	shipowner
เจ้าภาพ	東道主	host
เจ้าภาพงานเลี้ยง	主人	host
เจ้าภาพงานศพ	喪主	chief mourner
เจ้าสาว	新娘	brider
เจ้าหน้าที่	人員	staff

เจ้าหน้าที่ควบคุมคุณภาพ,คิวซี	質量管理員	Quality Control Agent ,QC
เจ้าหน้าที่ประกันคุณภาพ,คิวเอ	質保專員	Quality Assurance Agent ,QA
เจ้าหน้าที่ประชาสัมพันธ์,พีอาร์	公關人員	Public Relations Officer ,PR
เจ้าหน้าที่ออฟฟิศ	職員	office worker
เจ้าหนี้	債權人/貸方	creditor
เจ้าหนี้การค้า	商業應付帳款	trade account payable
เจาะตลาด,เปิดตลาด	打入市場	penetrate into the market
แจ้งความของหาย	報失	report a loss
แจ้งยอดบัญชี	報帳	submit an expense account
แจ้งเสียภาษี	報稅	make a tax declaration
แจ้งเสียภาษีต่อศุลกากร	報關	declare at customs
แจ้งให้ทราบ	通知	inform, notice
โจร	強盜	robber

ฉ		
ฉลากสินค้า	標籤	label, tag
ฉุกเฉิน	緊急	emergency
โฉนดแสดงกรรมสิทธิ์บ้านและที่ดิน	房契	title deed (for a house)
โฉนดที่ดิน	地契	title deed
ฉนวน	絕熱氣	insulator
ฉลอง	慶祝	celebrate
ช		
ชดเชย	補償	compensate
ชดใช้	償付	pay back
ชดใช้ค่าเสียหาย	賠償損失	compensate for a loss
ชดใช้หนี้สิน	賠償	compensate
ชนะการประมูล	中標	successful bid
ชิปปิ้ง	海關經紀人	customs broker
ชี้แนะ	請教	consult
ชุดปฐมพยาบาล	急救箱	first aid kit
ช่วงโลว์ซีชั่น	淡季	low season

ช่วงเวลาที่ขายดี	銷售季節	selling season
ช่วงเวลารับประกัน	保修期	guarantee period
ช่วงไฮซีซั่น	旺季	hight season
ช่วยชี้แนะด้วย	請多多指教	kindly give us your advice
ช่วยด้วย	救命！	Help!
ช่วยเหลือ	幫助	assist
ช่องขายตั๋ว	售票處	ticket office
ช่องทางจำหน่ายสินค้า	銷路	market
ชั้นวางสินค้า	貨架	shelf
ชั่วโมงการทำงาน	工時	labour hour
ช่างกล	機械師	machinist
ช่างกลึง	車工	lathe operator
ช่างก่อสร้าง	建築工	builder
ช่างแกะสลัก	雕刻師	engraver
ช่างเครื่อง	機械工	mechanic
ช่างชุบ	電鍍工	electroplter
ช่างเชื่อม	焊接工	welder
ช่างซ่อมเครื่องยนต์	汽車修理師	car machanic

ช่างซ่อมบำรุง	修理工	handyman
ช่างตัดเสื้อ	裁縫	dressmaker
ช่างเถอะ	算了	let it pass
ช่างทาสี	油漆工	painter
ช่างทำผม	理髮師	barber
ช่างเทคนิค	技術員	technician
ช่างบัคกรี	錫匠	tinsmith
ช่างปูน	泥水匠	mason
ช่างฟิต	機修工	fitter
ช่างไฟฟ้า	電工	electrician
ช่างภาพ	攝影師	photographer
ช่างไม้	木匠	carpenter
ช่างเย็บ	縫紉工	sewer
ช่างรังวัด	勘測員	surveyor
ช่างเสริมสวย	美容院	beautician
ช่างหล่อ	鑄工	founder
ช่างหัตถกรรม	手工業者	handicraftsman
ช่างเหล็ก	鐵匠	blacksmith
ช้าไปจากกำหนด	推遲	potpone

เดิม		
ชาร์จไฟ	充電	charge
ชำนาญ	熟練	skillful
ชำระ	付	to pay off debts
ชำระเงิน	付款	payment
ชำระเงินเมื่อรับสินค้า	貨到付款	cash on delivery
ชำระเงินล่วงหน้า	預款	pay in advance
ชำระเงินล่าช้า	遲延付款	delay in payment
ชำระเป็นเงินสด	現金付款	pay by cash
ชำระเป็นเช็ค	支票付款	pay by cheque
ชำระภาษี	付稅	pay taxes
ชำระหนี้	還債	to repay a debt
ชิ้นส่วน	部件	assembly
ชื่อผู้รับจดหมาย	收信人姓名	name of address
ชื่อเว็บไซด์	網址	web address
ชุมสายโทรศัพท์	電話總機	telephone office
เช็ค	支票	cheque
เช็คขีดคร่อม	劃線支票	crossed cheque

เช็คเงินสด	兌現支票	cash cheque
เช็คเด้ง	空頭支票	bounced cheque
เช็คเดินทาง	旅遊支票	traveler's check
เช็คธนาคาร	支票	cheque
เช็คบริษัท	公司支票	company cheque
เช็คไม่ระบุจำนวนเงิน	空額支票	blank cheque
เช็คสต็อก	盤點/盤貨	check the stock
เช็คส่วนตัว	私人支票	personal cheque
เช่าซื้อ	租賃買賣	hire purchase
เชิญเข้ามา	請進	come in
ใช้งานผิดประเภท	不使用	unsuitable for use
ใช้จ่ายฟุ่มเฟือย	一擲千金	spend money recklessy
ใช้ใบเสร็จรับเงินเพื่อเบิกค่าใช้จ่าย	報銷	apply for reimbursement
ใช้หนี้คืน	還債	to repay a debt
ซ		
ซองจดหมาย	信封	envelope
ซอฟต์แวร์	軟件	software

ซอฟต์แวร์ป้องกันไวรัส	反病毒軟體	anti-virus
ซิมการ์ด	手機智能卡	sim card
ซื้อ	買	buy
ซื้อ1แถม1	買一送一	buy one get one
ซื้อเข้า	買進	buy in
ซื้อคืน	回購	buy-back
ซื่อสัตย์	忠誠	faithful
ซื้อเหมา	全買	to buy whole
ซุปเปอร์ไวเซอร์	監工員	supervisor
ซูเปอร์มาร์เก็ต	超級市場	supermarket
เซ้งกิจการ	乘盤	to sell out a business
เซ็นต์ชื่อกำกับ	附簽	countersign
เซ็นต์ชื่อลงนาม	簽字	sign
เซ็นสัญญา	簽合同	to sign a contract
ด		
ดรรชนีชี้วัด	關鍵績效指標	key performance indicator
ดราฟท์	匯票	draft
ดอกเบี้ย	利息	interest

ดอกเบี้ยคงค้าง	應計利息	accrued interest
ดอกเบี้ยคงที่	定息	fixed interest
ดอกเบี้ยค้างจ่าย	應計未付利息	accrued interest payable
ดอกเบี้ยค้างรับ	應計未收利息	accrued interest receivable
ดอกเบี้ยเงินกู้	貸款利息	loan interest
ดอกเบี้ยเงินฝาก	存款利息	deposit interest
ดอกเบี้ยต่ำ	低息	low interest
ดอกเบี้ยทบต้น	複利	compound interest
ดอกสว่าน	鑽頭	drill bit
ดอลล่าร์สหรัฐ	美元	U.S.dollar
ดัชนีดาวโจนส์	道京斯指數	Dow Jones Index
ดับเพลิง	火災控制	fire control
ด่าง	碱	alkaline
ด่านตรวจตั๋ว	檢票口	ticket entrance
ด่านตำรวจ	關卡	checkpoint
ด่านศุลกากร	海關經紀人	custtoms
ดาวเทียมสำรวจ	偵察衛星	reconnaissance satellite
ดาวเทียมสื่อสารทางไกล	通訊衛星	communications satellite

ดาวน์โหลด	下載	download
ดำเนินการ	辦理	handle
ดำเนินกิจการ ร่วมกัน	合營	jointly owned
ดำเนินคดี	訴訟	lawsuit
ดีไซน์เนอร์	服裝設計師	designer
ดื่มอวยพร	祝酒	toast
ดุลการค้า	貿易平衡	balance of trade
ดุลการค้าเกินดุล	貿易順差	trade surplus
ดุลการค้าขาดดุล	貿易逆差	trade deficit
เด็กฝึกงาน	實習生	inter, trainee
เดบิต-เครดิต	借方-貸方	debit-credit
ได้กำไร	盈利	to profit; earn
ต		
ตกงาน	失業	out of job
ตกลงซื้อขาย	成交	reach a deal
ตกลงตามนี้แหละ	就這麼定了	That's that.
ตกฮวบ	暴跌	slump
ต้นเดือน	上旬	the first ten daysof a month

ต้นทุน	成本	capital, cost
ต้นทุนคงที่	固定成本	fixed cost
ต้นทุนตามงวดระยะเวลา	期間成本	period costs
ต้นทุนทางอ้อม	間接成本	indirect costs
ต้นทุนผลิตภัณฑ์	產品成本	product costs
ต้นทุนผลิตสินค้า	製造成本	manufacturing costs
ต้นทุนผันแปร	可變成本	variable costs
ต้นทุนมาตรฐาน	標準成本	standard costs
ต้นทุนวัสดุ	材料成本	material costs
ต้นทุนสินค้าขาย	銷貨成本	cost of goods sold
ตรงเวลา	準時	punctual, on time
ตรวจปล่อยสินค้า	請關	custom clearance
ตรวจรับ	驗收	examine
ตรวจสอบ	調查	investigate
ตรวจสอบบัญชี	核算,盤帳	audit accounts
ตรวจสอบและจัดการ	查處	investigate and prosecute
ตรวจสอบและ	查獲	investigate and capture a criminal

145

จับกุม		
ตรวจสอบและอนุมัติ	核准	check and approve
ตราสินค้า	商標	trademark
ตลับเมตร	捲尺	tape measure
ตลาด	市場	market
ตลาดการเงินระหว่างประเทศ	國際金融市場	international financial market
ตลาดเงิน	貨幣市場	money market; currency market
ตลาดเฉพาะกลุ่ม	利基市場	niche market
ตลาดซื้อขายล่วงหน้า	期貨市場	future market
ตลาดทองคำ	黃金市場	gold market
ตลาดนัด	集市	market fair
ตลาดพันธบัตร	債券市場	the bond market
ตลาดพืชผลทางการเกษตร	農貿市場	farmers' market
ตลาดมืด	黑市	blackmarket
ตลาดรถยนต์	車市	auto market

ตลาดระดับบน	高端市場	hight-end market
ตลาดระดับล่าง	低端市場	low-end market
ตลาดแรงงาน	勞務市場	labour market
ตลาดโลก	國際市場	world market
ตลาดหลักทรัพย์	股票交易所	stock exchange
ตลาดหลักทรัพย์แห่งประเทศไทย	泰國證卷交易所	the SET;Stock Exchange of Thailand
ตลาดหุ้น	股票交易所	stock exchange
ตลาดอสังหาริมทรัพย์	房地產市場	real estate market
ตลิ่ง	岸	shore
ต่อโทรศัพท์	打電話	to make a telephone call
ต่อโทรศัพท์อีกครั้ง	重打	redial
ตอบรับ	接受	accept
ต่อรองราคา	討價還價	bargain
ต่อสัญญา	續約	renew a contract
ตะไบ	銼刀	file
ตะปู	釘子	nail
ตั้งราคา	定價	set a price

ตักเตือนด้งยงาจา	口頭警告	lesson
ตัดราคา	砍價	cut prices
ตัดรายจ่ายที่ไม่จำเป็น	緊縮	retrenchment
ตัน	噸	ton
ตั๋วเครื่องบิน	飛機票	air ticket
ตั๋วเดือน	月票	month ticket
ตั๋วเที่ยวเดียว	單程票	one way ticket
ตัวแทน	代理	agent
ตัวแทนขนส่งสินค้า	貨運代理	freight forwarder
ตัวแทนจำหน่าย	銷售代理	sale agent
ตัวแทนจำหน่ายแต่ผู้เดียว	獨家銷售代理人	exclusive selling agent
ตัวแทนฝ่ายบริหาร	管理代表	managemant representative
ตัวแทนชิปปิ้ง	船舶代表	shipping agency
ตัวแทนออกของ (ชิปปิ้ง)	海關經紀人	customs broker
ตั๋วไปกลับ	來回票	round trip ticket
ตั๋วเรียกเก็บ	託收票據	Bill for Collection

ตั๋วเรือ	傳票	boat ticket
ตัวเลขขาดดุล	赤字	deficit
ตัวเลขติดลบ	負數	negative number
ตั๋วแลกเงิน	匯票	Bill of Exchange
ตั๋วแลกเงินระยะยาว	長期匯票	long-term bill
ตัวอย่างสินค้า	樣品	sample
ตาข่ายลวดไฟฟ้า	電網	electric fence
ตาชั่ง	秤	scale
ตามกำหนดเวลา	按期	on schedule, on time
ตามราคาตลาด	按市價	at market price
ตามฤดูกาล	季節性	seasonal
ตาราง	表格	table
ตารางค่าโดยสาร	費用表	table of charges
ตารางเวลา	時間表	timetable
ตำแหน่ง	職務	position
ตำแหน่งว่าง	職位空缺	job vacancy
ติดต่อ	聯絡	contact
ติดต่อทางจดหมาย	通信	correspond

ติดตั้ง	安裝	install
ติดตั้งโปรแกรม	安裝程序	install program
ติดสินบน	賄賂	bribe
ตึงเครียด	緊張	tense
ตู้นิรภัย	保險箱	safe
ตู้ไปรษณีย์เช่า, ตู้ปณ.	郵政信箱	post-office box (P.O.B)
ตู้สินค้าขนาด20 ฟุต	集裝箱標準單位	twenty-foot equivalent unit
ตู้สินค้าขนาด40 ฟุต	四十英尺集裝箱換算單位	forty-foot equivalent unit
เตรียมการก่อสร้าง	籌建	prepare to build sth
เตาเผา	窯	kiln
เตาหลอม	熔爐	furnace
เติมน้ำมัน	加油	fuel
แตร	喇叭	horn
ถ		
ถ่วงดุล	使平衡	counterbalance
ถอนเงินสด	提取現金	withdraw cash
ถอนทุนคืน	回收成本	retrieve one's cost
ถอนหุ้น	收回投資	withdraw equity share

ถอยหลัง	退後	go backward
ถังดับเพลิง	滅火機	fire extinguisher
ถ่ายทอดข้อความ	轉告	pass on a message
ถ่ายทอดสด	直播	live broadcast
ถ่ายทอดสัญญาณ	轉播	broadcast
ถ่ายทอดสัญญาญภาพ	播映	air on TV
ถึงที่หมาย	抵達	arrive
ถุงพลาสติก	塑料袋	plastic bag
ถุงหิ้ว	手提袋	tote bag
ถูกต้องตามกฎหมาย	合法	lawful
ท		
ทดแทน	補償	compensate
ทดลองขาย	試銷	test-market
ทนายความ	律師	lawyer
ทนายฝ่ายจำเลย	辯護人	defendant's attorney
ทนายฝ่ายโจทก์	檢查員	plaintiff's attorney
ทรัพย์สิน	資產/財產	assets, property

ทรัพย์สินทางปัญญา	知識財產權	intellectual property
ทองคำ	黃金	gold
ทองคำสำรอง	黃金儲備	gold reserve
ท้องถิ่น	本地	locality
ทอนเงิน	找錢	give change
ท่อยืด	軟管	tube
ทักทาย	問候	greeting
ท่าขนสินค้าเข้าระวาง	裝貨港	port of loading
ทางไกล	遠路	long way
ทางข้าม	人行橫道	crosswalk
ทางเข้า	入口	entrance
ทางด่วน	高速公路	hightway
ทางตัน	死路	dead end
ทางเท้า	人行道	sidewalk
ทางแยก	交叉路	crossway
ทางลัด	便路	shortcut
ทางหนีไฟ	安全通道	fire exit

ทางหลวง	公路	hightway
ทางออก	出口	exit
ทางออกฉุกเฉิน	緊急出口	emergency door
ทางอ้อม	繞道	bypass
ท่าเทียบเรือขนาดใหญ่	泊位	mooring
ท่าเรือ	港口/碼頭	port
ท่าเรือต้นทาง	出發港	port of departure
ท่าเรือปลายทาง	卸貨港	port of discharge
ทำงานล่วงเวลา	加班	work overtime
ทำผิดกฎหมาย	犯法	violate the law
ทำให้กระจ่าง	澄清	clear up
ทำใหม่	重建	renew
ทิศทาง	方向	direction
ที่จอดรถ	停車場	car park
ที่เทียบท่าสำหรับเรือขนาดใหญ่	深水泊位	sea berth
ที่นั่งเต็ม	滿座/客滿	all seats taken
ที่นั่งผู้โดยสาร	頭等艙	fire-class cabin

ชั้นหนึ่ง		
ที่นั่งว่าง	空座	vacant seat
ที่ปรึกษา	顧問	consultant
ที่ปรึกษาทางการเงิน	融資顧問	Financial Advisor
ที่อยู่	地址	address
ทุจริต	作弊	cheat
ทุน	資本	capital
ทุนจดทะเบียน	法定資本	authorized capital
ทุนจม	償債資本	sinking fund
ทุนนอน	被凍結資本	frozen capital
ทุนเริ่มต้น	創辦資本	initial capital
ทุนสำรอง	備用金	reserve funds
ทุนสำรองเงินตราต่างประเทศ	外幣準備金	foreign currency reserves
ทุนสำรองระหว่างประเทศ	外匯準備	foreign-exchange reserves
ทุนหมุนเวียน	周轉資金	revolving fund
เทราไบต์	太字節	terabyte (TB)

(1024GB)		
เท่ากับ	等於	equal
เท่าทุน	照成本	at ocst
เที่ยวบิน	班機,航班	flight
แท่นวางสินค้า	棧板	pallet
โทรไม่ติด	打不通	line busy
โทรเลข	電報	telegram
โทรศัพท์	電話	telephone
โทรศัพท์กลับ, ต่อสายกลับ	回電話	call back
โทรศัพท์เก็บเงินปลายทาง	對方付費電話	collect-call telephone
โทรศัพท์ทางไกล	長途電話	long-distance call
โทรศัพท์มือถือ	手機	mobile phone
โทรศัพท์ระหว่างประเทศ	國際電話	overseas phone call
โทรศัพท์สาธารณะ	公用電話	public phone
โทรสาร	傳真	fax, facsimile

ธ		
ธนบัตร	鈔票/紙幣	paper money
ธนบัตรปลอม	假鈔	fake note
ธนาคาร	銀行	bank
ธนาคารกรุงเทพ	曼谷銀行	Bangkok Bank
ธนาคารกรุงไทย	泰京銀行	Krungthai Bank
ธมาคารกรุงศรี อยุธยา	大城銀行	Bank of Ayudhya
ธนาคารกลาง	中央銀行	Central Bank
ธนาคารกลาง สหรัฐอเมริกา	美聯儲	US Federal Reserve
ธนาคารกสิกรไทย	泰華農民銀行	Kasikorn Bank
ธนาคารของรัฐ	國有銀行	state-owned bank
ธนาคารตัวแทน	代理銀行	correspondent bank
ธนาคารทหารไทย	泰軍人銀行	Thai Military Bank
ธนาคารไทย พาณิชย์	泰國商業銀行	Siam Commercial Bank
ธนาคารนครหลวง ไทย	暹羅京都銀行	Siam City Bank

ธนาคารเพื่อการนำเข้าและส่งออก	進出口銀行	export-import bank
ธนาคารเพื่อการพัฒนาเอเชีย	亞洲開發銀行	Asian Development Bank(ADB)
ธนาคารโลก	世界銀行	World Bank
ธนาคารออมสอน	儲蓄銀行	Government Savings Bank
ธนาณัติ	郵匯	remit by post
ธรรมเนียม, ประเพณีนิยม	慣例	custom
ธุรกิจ	生意	business
ธุรกิจขนาดกลาง	中型商業	mid-sized business
ธุรกิจขนาดย่อม	小型企業	small business
ธุรกิจขนาดใหญ่	大型企業	large scale business
ธุรกิจครอบครัว	家族企業	family firm
ธุรกิจเครือข่าย	多層次營銷	Network Marketing
ธุรกิจนายหน้า	經紀行	brokerage
ธุรกิจออนไลน์	電子商務	E-commerce
น		
นโยบาย	政策	policy

นโยบายคุณภาพ	品質政策	quality policy
นโยบายทางเศรษฐกิจ	經濟政策	economic policy
นโยบายเปิดประเทศ	對外開放	open to the outside world
นวัตกรรม	創新	innovation
นักการเงิน	金融家	financier
นักข่าว	記者	journalist
นักเขียน	作家	writer
นักเคมี	化學家	chemist
นักชีววิทยา	生物學家	biologist
นักแต่งเพลง	作曲家	composer
นักธุรกิจ	商人	businessman
นักธรณีวิทยา	地質學家	geologist
นักโบราณคดี	考古學家	archaeologist
นักประดิษฐ์	發明家	inventor
นักแปล, ล่าม	翻譯家	translator
นักพฤกษศาสตร์	植物學家	botanist
นักฟิสิกส์	物理學家	physicist

นักภาษาศาสตร์	語言學家	linguist
นักมานุษยวิทยา	人類學家	anthropologist
นักลงทุน	投資者	investor
นักเล่นหุ้น	股民	investor
นักวิชาการ	學會會員	academician
นักวิทยาศาสตร์	科學家	scientist
นักเศรษฐศาสตร์	經濟學家	economist
นักสถิติ	統計學家	statistician
นักสืบ	偵探	detective
นักออกแบบ	設計家	designer
นักออกแบบอุตสาหกรรม	工業設計家	industrial designer
นัดหมาย	約	make an appointment
นางแบบ, นายแบบ	模特兒	model
นายจ้าง	雇主	employer
นายทุน	資本家	capitalist
นายธนาคาร	銀行職員	bank clear
นายหน้า	經紀人	broker
นายหน้าซื้อขาย	股票經紀人	stockbroker

หลักทรัพย์		
นำของเก่ากลับมาใช้ประโยชน์, รีไซเคิล	回收	recycle
นำเข้า	進口	import
นำเช็คไปขึ้นเงินสด	對付支票	cash a cheque
นำทาง	引導	to guide
น้ำมันเครื่อง	機油	engine oil
น้ำมันดิบ	原油	grude oil
น้ำมันดีเซล	柴油	diesel fuel
น้ำมันเบนซิน	汽油	gasoline
น้ำมันเบนซินธรรมดา	普通汽油	regular-grade gasoline
น้ำมันเบนซินพิเศษ	超級汽油	super-gasoline
น้ำมันหล่อลื่น	潤滑油	lubricant
น้ำหนักเกินพิกัด	超重	overload
น้ำหนักระวางเรือ	噸位	tonnage
น้ำหนักสุทธิ	淨重	net weight
นิคมอุตสาหกรรม	工業區	industrial estate

นิตยสาร	雜誌	magazine
นิตินัย	法律意義	legal sense
นิติบุคคล	法人	juristic person
แนวโน้ม	走勢	tendency
บ		
บกพร่องในหน้าที่	失職	breach of duty
บทกวีไว้อาลัย	挽詩	elegy
บทความพิเศษ	特寫	feature
บทบรรณาธิการ	社論	editorial
บรรจุหีบห่อ	包裝	package
บรรจุอยู่ภายใน	裝有	contain
บรรณาธิการ	編輯	editor
บรรทุก	裝裁	loading
บอกเลิกสัญญา	取消合同	cancle the contract
บราวเซอร์	瀏覽器	browser
บริกร	服務員	serve
บริการเครือข่ายสังคม	社交網路服務	social network service
บริจาคเงิน	捐款	contribute money

บริจาคช่วยเหลือ	捐助	offer(financial or material assistance)
บริจาคสิ่งของ	捐贈	contribute gift
บริโภค	消費	to consume
บริษัท	公司	company
บริษัทจำกัด	有限公司	limited company
บริษัทจำกัด (มหาชน)	上市有限公司	public limited company
บริษัทในเครือ	附屬公司	affiliated company
บริษัทผู้ผลิต ผู้ประกอบการ โรงงาน	廠商	manufacturer
บริษัทร่วมทุน	股份公司	joint-stock system
บล็อก	博客	blog
บอลลูน	氣球	ballon
บัญชี	帳	account
บัญชีกระแสรายวัน	活期存款帳戶	current account
บัญชีการเงิน	財務報表	financial statement
บัญชีคุมยอด	控制帳戶	control accounts
บัญชีงบดุล	資產負債表	balance sheet

บัญชีเงิน	財務帳戶	financial account
บัญชีเงินดือน	工資帳戶	wages account
บัญชีเงินสด	現金帳	cash account
บัญชีดำ	黑名單	blacklist
บัญชีทรัพย์สิน	資產帳戶	assets account
บัญชีธนาคาร	帳戶	bank account
บัญชีปลอม	假帳	false account
บัญชีแยกประเภท	分類帳	ledger
บัญชีรายการสินค้าที่บรรจุหีบห่อ	包裝明細表	packing list
บัญชีรายจ่าย	支出帳戶	account of payments
บัญชีรายรับ	收益帳戶	income statement
บัญชีส่งของ	發票	invoice
บัญชีสินค้า	貨單	manifest
บัญชีแสดงการไหลเวียนเงิน	現金流量表	cash flow statement
บัญชีออมทรัพย์	儲備帳戶	savings account
บัตรขึ้นเครื่อง	登機牌	boarding pass
บัตรเครดิต	信用卡	credit card

บัตรเดบิต	借記卡	debit card
บัตรเติมเงิน	充值卡	pre-paid card
บัตรโทรศัพท์	電話卡	phonecard
บัตรพนักงาน	工作證	employee's card
บัตรมาสเตอร์	萬事打卡	MasterCard
บัตรรับประกัน	保證書	certificate of guarantee
บัตรวีซ่า	維士卡	Visa Card
บัตรอวยพร	賀卡	greetings card
บัตรเอทีเอ็ม, บัตรถอนเงินสด	自動提款卡	cash card, ATM card
บันไดหนีไฟ	安全梯	fire escape
บันทึก	保存	save
บันทึกการประชุม	會議記錄	meeting record
บันทึกช่วยจำ	備忘錄	memo
บันทึกบัญชีด้านเครดิต	賒銷帳戶	credit account
บาดเจ็บจากการทำงาน	工商	industrial accident
บำนาญ	退休金	old-age pension

บำเหน็จ	退職金	gratuity
บุกเบิกกิจการ	創業	begin an undertaking
บูลทูธ	藍芽技術	bluetooth
เบรก	車閘	brake
เบรกมือ	手剎車	hand brake
เบิกค่าใช้จ่าย	報銷費用	claim expenses
เบี้ยขยัน	勤奮獎	diligence allowance
เบี้ยประกันภัย	保險費	insurance premium
เบี้ยเลี้ยง	津貼	allowance
แบ่งชำระเป็นงวดๆ	分期付款	installment
แบตเตอรี่	電池	battery
แบบฟอร์ม	表單/表格	form
โบกี้	車廂	carriage
โบกี้ชั้นสอง	二等車廂	second-class compartment
โบกี้ชั้นหนึ่ง	頭等車廂	saloon carriage
โบกี้นอน	臥鋪車	sleeper
โบกี้ปลอดบุหรี่	非吸菸車廂	non-smoking carriage
โบนัส	獎勵	bonus
โบรชัวร์	廣告單	brochure

ใบกำกับสินค้า	發貨單	bill of goods
ใบขนส่งสินค้า	裝運單據	shipping documents
ใบขนสินค้าขาเข้า	進口申報單	import entry
ใบขนสินค้าขาออก	出口申報單	export declaration
ใบขับขี่	駕駛執照	driving license
ใบคำร้อง	申請書	petition form
ใบแจ้งบรรทุกสินค้า	運單	freight note
ใบเซ็นรับ	回執	return receipt
ใบเตือน	警告單	warning note
ใบนัด	預約單	apponitment form
ใบบรรทุกของ	裝箱單	Packing List
ใบบัญชีรายการสินค้าในเรือ	載貨單	manifest
ใบปลิว	傳單	leaflet
ใบผ่านงาน	雇傭證書	employment certificate
ใบฝากเงิน	存款單	deposit slip
ใบพัด	螺旋槳	propeller
ใบรับประกัน	保單	guarantee slip

ใบรับรอง	保證書	certificate
ใบรับรองแพทย์	診斷書	medical certificate
ใบรับรองแหล่งผลิต	原產地證明書	Certificate of Origine
ใบรับรองอนุญาต ให้ขายสินค้า ภายในประเทศ	自由銷售證書	Certificate of Free Sale
ใบปลดหนี้	貸方票據	Credit Note (C/N)
ใบลา	假條	application for leave
ใบส่งของ	發票	invoice
ใบสั่งจอง	訂單	order form
ใบสั่งซื้อสินค้า	訂購單	purchase order
ใบสั่งให้นำสินค้า บรรทุกเรือ	裝貨單	shippinf order
ใบเสนอราคา	報價單	quotation
ใบเสร็จรับเงิน	收據	receipt
ใบแสดงราคา	價格單	price list
ใบแสดงรายการ บรรจุหีบห่อ	裝箱單	packing list
ใบหุ้น	股票所有權證書	certificate of share ownership

ใบอนุญาตทำงาน	工作許可證	work permit
ใบอนุญาตนำเข้าสินค้า	進口許可證	import licence
ใบอนุญาตให้ประกอบธุรกิจการค้า	營業執照	commercial instrument
ป		
ปฏิรูป	改革	reform
ประกอบธุรกิจ	經營生意	manage a business
ประกันภัย	保險	insurance
ประกันภัยทางทะเล	海上保險	marine insurance
ประกันภัยทางอากาศ	航空保險	aviation insurance
ประกันราคา	保價	price guarantee
ประกันอัคคีภัย	火災保險	fire insurance
ประกันอุบัติเหตุ	意外保險	accident insurance
ประกาศ	宣布	announce
ประกาศรับสมัครงาน	招聘	advertise job offers

ประจำปี	每年的/年度的	annual
ประแจ/กุญแจปากตาย	扳手	spanner
ประชุม	開會	have a meeting
ประชุมผ่านเครือข่ายคอมพิวเตอร์	可視電話會議	video conference
ประชาสัมพันธ์	公共關係	publc relations
ประตูฉุกเฉิน	逃生門	emergency exit
ประทับตรา	印章	stamp
ประท้วง	抗議	protest
ประธานกรรมการ	董事長	board chairman
ประธานกรรมการบริหาร	首席執行官	chief executive officer (CEO)
ประเภท	類型	type
ประมูล	投標	enter a bid
ประมูลขาย	競賣	auction
ประมูลซื้อ	競買	vie for purchase
ประเมินความ	估損	appraisal of damage

เสียหาย		
ประเมินค่าต่ำเกินไป	低估	underestimate
ประเมินราคา	估價	appraise
ประวัติย่อ	簡歷	resume
ประสบการณ์ทำงาน	工作經驗	work experience
ประสิทธิภาพ	效率	efficiency
ปรับเงินเดือน	調整工資	adjust salaries
ปรับราคา	調整價格	adjust the price
ปริมาณ	數量	quantity
ปริมาณการซื้อขาย	成交額	volume of business
ปริมาณการผลิต	產銷量	volume of production
ปริมาณที่เก็บสะสม	儲量	reserves
ปริมาณสั่งซื้อที่ประหยัดที่สุด	經濟訂貨量	Economic Order Quantity
ปริมาตร	容量	capacity
ปรึกษาหารือ	商量	discuss
ปลดเกษียณ	退休	retirement

ปลดจากตำแหน่ง	免職	depose
ปล่องไฟ	煙囪	chimney
ปลอดภัยไว้ก่อน	安全第一	Safety First
ปลอดภาษี	免稅	tax-free
ปลอดสารพิษ	無毒的	non toxic
ปลอมแปลงเอกสาร	偽造文件	forgery
ปลอมลายเซ็น	偽造簽字	forge signature
ปล่อยกู้	放貸	loan
ปลายปี	年底	year-end
ปั๊มน้ำมัน	加油站	gas station
ป้ายชื่อ	銘牌	nameplate
ป้ายแดง	新車牌	new license plate
ป้ายทะเบียนรถ	汽車牌照	license plate
ป้ายประกาศ	招牌	signboard
ป้ายราคา	標價簽	price tag
ป้ายแสดงราคาสินค้า	價格標籤	price tag
ปาร์ตี้	聚會/派對	party
ปิดกิจการ	倒閉	to close down

ปิดกิจการชั่วคราว	暫時停業	temporerily close
ปิดตลาด	閉市	to close the market
ปิดบัญชี	結清銀行帳戶	close a bank account
ปิดร้าน	關店	closed
ปีงบประมาณ	財政年度	financial year
เป็นเกียรติ	榮幸	honored
เป็นของรัฐ	國有	government owned
เป็นที่ทราบกันโดยทั่วไป	眾所周知	as known to all
เป็นที่ยอมรับกันโดยทั่วไป	公認	universally acknowledged
เป็นโมฆะ	作廢	null and void
เป็นหนี้	欠債/負債	to owe debts
เปรียบเทียบราคา	比值	relative value
เปลี่ยนกะ	換班	work shift
เปลี่ยนคืนสินค้า	退換	exchange a purchase
เปิดบัญชี	開立帳戶	open a bank account
เปิดราคา	開價	make a price
เปิดร้าน	開店	open

แปรรูป	加工	process
แปรรูปตามตัวอย่างที่ได้รับมา	來樣加工	processing with supplied samples
แปรรูปวัตถุดิบจากต่างประเทศ	來料加工	processing with supplied materials
โปรแกรม	程序	programs
โปรแกรมเมอร์	電腦程序員	programmer
ไปรษณีย์	郵政	postal services
ไปรษณีย์ด่วนพิเศษ	特快傳遞	express mail service(EMS)
ไปรษณีย์ทางทะเล	海運郵件	sea mail
ไปรษณีย์ทางอากาศ	航空信	airmail letter
ไปรษณียบัตร	明信片	postcard
ผ		
ผลตอบแทนสุทธิ	純收益	net return
ผลประกอบการ	經營成果	business profits
ผลประโยชน์	利益	benefit
ผลประโยชน์ทับซ้อน	利益衝突	Conflict of Interest

ผลประโยชน์ทางด้านเศรษฐกิจ	經濟效益	economic benefits
ผลผลิต	產量	output
ผลผลิตมวลรวม	總產量	total output
ผลพวง	后果/余波	aftermath
ผลิต	生產/產出	produce, manufacture
ผลิตภัณฑ์	產品	product, goods
ผลิตภัณฑ์กึ่งสำเร็จรูป	半成品	semi-manufactured goods
ผลิตภัณฑ์มวลรวมในประเทศ	國內生產總值	Gross Domestic Product (GNP)
ผลิตภัณฑ์มวลรวมประชาชาติ	國民生產總值	Gross National Product (GNP)
ผลิตภัณฑ์สำเร็จรูป	成品	finished product
ผ่อนชำระเป็นงวด	分期付款	installment
ผ่อนผัน, ยืดหยุ่น	通融	indulgent
ผังงาน	流程圖	flowchart
ผันผวน	波動	fluctuate
ผิดกฎหมาย	非法	illegal

ผิดสเปค	不符規格	spec mistake
ผิดสัญญา	違反合同	go back on
ผู้ขาย	賣主	seller
ผู้ครอบครอง	持有人	possessor
ผู้ครอบครองกรรมสิทธิ์	所有者	proprietor
ผู้ค้ำประกัน	擔保人	surety
ผู้ค้ำประกันร่วม	共同擔保人	co-surety
ผู้จัดการ	經理	manager
ผู้จัดการแผนกฝึกอบรม	培訓經理	training manager
ผู้จัดการฝ่ายการเงิน	財務部經理	financial manager
ผู้จัดการฝ่ายการตลาด	營銷部經理	marketing manager
ผู้จัดการฝ่ายจัดซื้อ	採購經理	purchasing manager
ผู้จัดการฝ่ายบัญชี	會計部經理	accounting manager
ผู้จัดการฝ่ายบุคคล	人事部經理	personnel manager
ผู้จัดการฝ่ายผลิต	生產部經理	production manager

ผู้จัดการโรงงาน	廠長	factory manager
ผู้จัดการใหญ่	總經理	general manager
ผู้จัดจำหน่าย	經銷商	distributor
ผู้จัดพิมพ์	出版商	publisher
ผู้ช่วย	助理	Assistant
ผู้ช่วยผู้จัดการ	協理	Assistant Manager
ผู้ช่วยผู้จัดการใหญ่	總經理助理	general manager assistant
ผู้ช่วยนักบิน	副駕駛員	copilot
ผู้เช่า	承租人	lessee
ผู้เชี่ยวชาญในวิชาชีพ	行家	expert
ผู้ใช้แรงงาน	勞動者	workfolk
ผู้ซื้อ	賣主	buyer
ผู้โดยสาร	乘客	passenger
ผู้ตรวจสอบบัญชี	審計員	auditor
ผู้ถือบัตร	持卡人	cardholder
ผู้ถือหุ้น	股東	shareholder
ผู้ถือหุ้นของบริษัท	公司股東	shareholders of a company
ผู้แทน	代表	representative

ผู้แทนจำหน่าย	發行人	distributor
ผู้นำ	領袖	leader
ผู้นำเข้าสินค้า	進口商	importer
ผู้บริโภค	消費者	consumer
ผู้บริหาร	行政人員	administrator
ผู้บริหารโรงงาน	廠商	factory owner
ผู้บัญชาการ	司令官	commandant
ผู้ประเมิน ค่าเสียหาย	估損員	damages valuator
ผู้ผลิต	生產者/廠家	manufacturer
ผู้ฝากเงิน	儲戶	depositor
ผู้ไม่มีกิจ	閑人	persons not concerned
ผู้รับเงิน	收款人	payee
ผู้รับจดหมาย	收信人	addressee
ผู้รับจ้างช่วง	分包人	subcontractor
ผู้รับเหมา	包工頭	labor contractor
ผู้ส่งจดหมาย	寄信人	addresser
ผู้ส่งออกสินค้า	出口商	exporter
ผู้สัมภาษณ์ (ใน	考官	examiner

การสมัครงาน)		
ผู้สั่งจ่าย	付款人	drawee
ผู้ให้เช่า	出租人	lessor
ผู้อยู่เวร	值班員	duty officer
ผู้อำนวยการ	主任	director
แผงขายสินค้า	售貨攤	stand
แผงลอย	小攤子	stall
แผนก	部門	department
แผนกควบคุม คุณภาพ	質量管理部	quality control department
แผนกต่างประเทศ	國際部	internation department
แผนกนำเข้า	進口部	import department
แผนกบริหารงาน บุคคล	人事部	human resources department
แผนก ประชาสัมพันธ์	公共關係部	public relations department
แผนกผลิต	生產部門	production department
แผนกพัฒนา ผลิตภัณฑ์	產品開發部	product development department

แผนกระตุ้นเศรษฐกิจ	經濟刺激方案	economic stimulus plan
แผนกวางแผน	企劃部	planning department
แผนกวิจัยและพัฒนา	研發部	research and deveiopment department(R&D)
แผนกส่งออก	出口部	export department
แผ่นซีดี	光盤	compact disc
แผนที่	地圖	map
แผนธุรกิจ	商業計畫	business pian
ฝ		
ฝากข้อความ	留言	leave a message
ฝากเงิน	付款	deposit
ฝากประจำ	定期存款	fixed deposit
ฝากออมทรัพย์	儲蓄存款	saving desopit
ฝ่าฝืนคำสั่ง	違反命令	disobey orders
ฝีมือ	技術	technique
ฝึกอบรม	訓練	training
พ		
พนักงาน	職員	office worker

179

พนักงานเก็บเงิน	收銀員	cashier
พนักงานขับรถ	司機	chauffeur,driver
พนักงานขาย	售貨員	salesperson
พนักงานขายหญิง	女店員	saleswoman
พนักงานต้อนรับ	接待員	receptionist
พนักงานเติมน้ำมัน	加油工	oil supplier
พนักงานธนาคาร	銀行職員	bank clerk
พนักงานบริการ	乘務員	steward
พนักงานบัญชี	會計員	accountant
พนักงานประจำร้าน	店員	shop assistant
พนักงานพิมพ์ดีด	打字員	Typist
พนักงานยกกระเป๋า	行李員	porter
พนักงานรักษาความปลอดภัย	保安	security
พนักงานรับโทรศัพท์	電話接線員	telephone operator
พนักงานร้านค้า	店員	shop assistant
พนักงานส่งของ	送貨員	deliveryman
พนักงานส่งเอกสาร	通信員	company messenger

พนักงานออกแบบศิลป์	美術設計雲	graphic designer
พนักงานออฟฟิศ	職員	offic worker
พยุงราคา	維持價格	valorize
พูดคุยแลกเปลี่ยน	交流	to exchange
พยาบาล	護士	nurse
พยายามอย่างสุดความสามารถ	盡力而為	do the best one can
พระราชบัญญัติลิขสิทธิ์	版權法	copyright act
พลาดโอกาส	錯過	miss
พวงมาลัย(รถ)	方向盤	steering wheel
พวงหรีด	花圈	wreath
พ่อครัว	廚師	chef
พ่อค้า	商人	merchant
พ่อค้าขายปลีก	零售商人	retail
พ่อค้าขายส่ง	批發商人	wholesaler
พ่อค้าคนกลาง	中間商	middleman
พ่อค้าที่เป็นตัวแทน	代銷商	sales agency

จำหน่าย		
พ่อค้าแม่ค้า	商販	pedlar
พอเพียง	充足	sufficient
พักงาน	停止	be suspended from job
พังทลาย	崩潰	collapse
พันธบัตร	債券	bond(s)
พันธบัตรรัฐบาล	公債	government bond
พัสดุไปรษณีย์	郵包/包裹	parcel
พัสดุภัณฑ์ทางทะเล	海運郵政包裹	sea parcel post
พัสดุภัญฑ์ทางอากาศ	航空郵包	air parcel post
พิธีกร	主持人	master of ceremonies
พิธีกรรม	儀式	ceremony
พิธีการ	禮儀，典禮	etiquette
พิธีเคารพศพ	遺體告別儀式	ceremony of paying one's last respects to the deceased
พิธีมงคลสมรส	結婚典禮	wedding ceremony
พินัยกรรม	遺囑	testament
พิมพ์	印刷/打印	print
พี่เลี้ยงเด็ก	保母	nanny

พื้นที่ผลิต	產區	place of production
พุ่งขึ้นอย่างรวดเร็ว	暴漲	rise suddenly and sharply
พูดแล้วไม่คืนคำ	一言為定	It's a deal.
เพลารถ	車軸	axle
เพลิงไหม้	火災	fire
เพิกถอน	撤銷	cancel
เพิ่มขึ้น, สูงขึ้น	上漲	rise
เพิ่มทุน	增資	capital increase
เพิ่มมูลค่า	增值	increase in value
เพิ่มรายได้และลดค่าใช้จ่าย	增收節支	increase revenues and cut expenditures
แพง(ราคา)	貴	expensive
ฟ		
ฟันเฟือง	輪齒	cog
ฟรี, ให้เปล่า	免費	free of charge
ฟิวส์	保險絲	fuse
เฟือง	齒輪	cogwheel
แฟลชไดร์ฟ	散盤	flash drive
โฟร์แมน	工頭	foreman

โฟลเดอร์	文件夾	folder
ไฟล์เอกสาร	文檔	file
ไฟสัญญาณเตือน	警報燈	alarm lamp
ไฟสำรอง	應急發電機	emergency power generator
ภ		
ภัตตาคาร	餐館	restaurant
ภาพพักหน้าจอ	屏幕保護	screensaver
ภาษี	稅	tax
ภาษีการค้า	營業稅	sales tax
ภาษีขาเข้า	進口稅	import tax
ภาษีขาออก	出口稅	export tax
ภาษีเงินได้	所得稅	income tax
ภาษีที่ดิน	土地稅	land tax
ภาษีบำรุงท้องที่	地方維護稅	local maintenance tax
ภาษีป้าย	招牌稅	signboard tax
ภาษีมูลค่าเพิ่ม	增值稅/附加稅	Value Added Tax (VAT)
ภาษีรายได้หรือ ภาษีเงินได้ (ภ.ง.ด)	所得稅	income tax
ภาษีโรงเรือน	財產稅	property tax

ภาษีและการเงิน	財稅	finance and taxation
ภาษีศุลกากร	進出口關稅	customs
ภาษีสรรพสามิต	國產稅	excise tax
ภาษีสินค้า	商品稅	merchandise tax
ภาษีหักณที่จ่าย	預扣稅	withholding tax
ภาษีอุตสาหกรรม	工業稅	industry tax
ม		
มรดก	遺產	heritage
มหาชน	上市(有限公司)	public (Co., Ltd)
มอบหมาย	委託	entrust
มอบอำนาจ	委託	authorize
มัคคุเทศก์, ไกด์	導遊	tour guide
มัดจำ	保證金	earnest
มัลติมีเดีย	多媒體	multimedia
มาตรการตอบโต้	對策	countermeasure
มาตรการตอบโต้ทางภาษี	報復關稅	retaliatory tariff
มาตรฐาน	標準	standard
มาตรฐานบัญชี	會計準則	accounting standards

มาตรฐานอ้างอิง	引用標準	normative reference
มีกำไร	有利潤的	profitable
มีค่า	值錢	valuable
มีตำหนิ	有毛病	defective product
มีสายเข้า	來電	incoming telephone call
มีหนี้สิน	欠錢	own money
มือถือจอสัมผัส	觸摸屏手機	touch phone
มูลค่า	價值	value
มูลค่าปัจจุบัน	淨現值	Net Present Value
มูลค่าปัจจุบันสุทธิ	淨現值	net present value
มูลค่าผลผลิต	產值	output value
มูลค่าผลผลิตมวลรวม	總產值	gross product
มูลค่าสินมรัพย์สุทธิ	資產淨值	equity
มูลค่าเศษซาก	廢料價值	Scrap value
มูลนิธิ	基金會	foundation
เมกกาไบต์ (1024KB)	兆字節	megabyte (MB)
เมทานอล	甲醇	methanol

(เมทิลแอลกอฮอล์, แอลกฮอล์จุดไฟ)		
เมาส์	鼠標	mouse
เมืองท่าส่งมอบสินค้า	交貨港	port of delivery
แมกนีเซียมไฮดรอกไซด์	氫氧化鎂	magnesium hydroxide
มามอง	星探	talent scout
แม่ค้า	女商販	market woman
แม่บ้าน	女管家	housekeeper
แม่พิมพ์	模子	mold
แม่แรง	千斤頂	jack
โมเด็ม	調製解調器	modem
ไม่เก็บค่าผ่านทาง	免費通行	toll free
ไม่คิดค่าใช้จ่าย	不收費	uncharged
ไม่ชำนาญ	不熟練	be unskilled
ไม่ได้มาตรฐาน	不合格	disqualification
ไม่ต้องเกรงใจ	別客氣	Please dont's stand on ceremony
ไม่เป็นไร	沒關係	It doesn't matter.

ไม่มั่นคง	薄弱/不穩定	unstable
ไม่มีผลบังคับ	無效	invalid
ไม่สมควร	不當	inappropriate
ย		
ยกเลิก	取消/撤銷	cancel
ยกเลิกสัญญา	取消合同	cancel the contract
ยกเว้นภาษี	免稅	tax-exempt
ยอดขาย	銷售額	sales
ยอดรับประกัน	保險額	amount insured
ยอมรับ	承認	recongnize
ยางมะตอย	瀝青	bituminous
ยางรถ	車胎/輪胎	tyre
ย่านการค้า	商店街	commercial area
ยานยนต์ที่ใช้ก๊าซธรรมชาติ(เอ็นจีวี)	天然氣汽車	natural gas vehicles
ยินดีต้อนรับ (ใช้กับลูกค้า)	歡迎光臨	welcome
ยินดีทีได้รู้จัก	很高興認識你	glad to meet you
ยี่ห้อ	牌子	brand

ยืมเงิน	借錢	borrow money
ยืนประกวดราคา	投標	enter a bid
ยื่นฟ้อง	起訴	sue
ยุ่ง	忙	busy
ยุทธศาสตร์	策略	strategy
ยูโร	歐元	Euro
เยี่ยมชม	參觀	visit
โยกย้าย (ตำแหน่งหน้าที่)	調任	transfer
ร		
รถขุด	挖土機	backhoe
รถเข็น	手推車	trolley
รถจักรยาน	自行車	bicycle
รถติด	堵車/塞車	traffic jam
รถตู้	麵包車	van
รถถัง	坦克車	armored vehicle
รถทัวร์	遊覽車	tourist car
รถแท็กซี่	出租車	taxi
รถแท็กซี่มิเตอร์	計程車	taxi meter

189

รถบรรทุก	卡車	truck
รถบัส	長途汽車	coach
รถบัสสองชั้น	雙層巴士	double decker bus
รถปรับอากาศ	空調車	air-conditioned coach
รถปิคอัพ	小卡車	pick-up truck
รถพยาบาล	救護車	ambulance
รถพ่วง	掛車	trailer
รถไฟ	火車	train
รถไฟขบวนด่วน	快車	fast train
รถไฟขบวนด่วนพิเศษ	特快車	express train
รถไฟขบวนธรรมดา	普通車	local train
รถไฟขบวนแรก	頭班車	first train
รถไฟขบวนสุดท้าย	末班車	last train
รถไฟใต้ดิน	地鐵	subway
รถไฟลอยฟ้า	高架電車	sky train
รถมอเตอร์ไซด์	摩托車	motorcycle
รถเมล์	公共汽車	bus

รถยกกระเช้า	高空作業平台車	elevating platform truck
รถยนต์	汽車	car
รถยนต์ขนาดกลาง	中型車	standard size car
รถยนต์ขนาดเล็ก	小型車	samll car
รถยนต์ขนาดใหญ่	大型車	large car
รถราง	電車	tram
รถสามล้อ	三輪車	tricycle
รถสินค้า	貨車	van
รวดเร็ว	快速	rapid
ร่วมกัน	合夥	construct a partnership
ร่วมกันเช่า	合租	joint rent
รวมตัวกัน	合併	merge
ร่วมทุน	合資	joint capital
ร่วมมือ	合作	cooperation
ร่วมหุ้น	與某人合股	enter into partnership with
รหัส	密碼	password
รหัสประเทศ	國家地區碼	national area code
รหัสไปรษณีย์	郵政編碼	post code
รหัสพื้นที่	區號	area code

รหัสย่อ	代碼	code
รองประธานกรรมการ	副總統	Vice Chairman
รองผู้จัดการ	副經理	assistant manger
รองหัวหน้าหน่วย	副課長	vice section supervisor
ร้องเรียน	抱怨	complain
รอซักครู่	等一會兒/稍等一下	just a moment
รอบระยะเวลาบัญชี	會計期間	accounting period
ระดมกำลัง	動員	mobilize
ระดมทุน	籌集	raise finds
ระบบ	系統	system
ระบบเครือข่ายเฉพาะที่	局域網	local area network(LAN)
ระบบเงินเดือน	工資制	wage system
ระบบทุนนิยม	資本主義	capitalism
ระบบปฏิบัติการวินโดว์	微軟的視窗操作系統	Micorsoft Windows Operating System
ระบอบการปกครอง	政體	regime
ระเบียบ,ข้อบังคับ	規則	regulation

ระเบียบการในการดำเนินการ	手續	procedures
ระยะไกล	長途	long distance
ระยะทดลองงาน	適工期	probationary period
ระยะทาง	距離	distance
ระยะยาว	長期	long time
ระยะแรก	初期	initial stage
ระยะเวลาคืนทุน	回收期	payback period
ระยะเวลาในการเก็บหนี้โดยเฉลี่ย	平均收款期	Average Collection Period
ระยะเวลารับประกัน	保險期	length of warranty
ระยะห่าง	距離	distance
ระวัง	小心/注意	Be careful!
ระวังแตก	易碎	fragile
ระวังพื้นลื่น	當心滑跌	beware slippery surface
ระวังศรีษะ	當心碰頭	beware overhead hazard
รัฐบาลเปิดประมูลจัดซื้อ	政府採購	government procurement
รัฐวิสาหกิจ	國營企業	government enterprise

รับทราบด้วยความเคารพ	敬悉	acknowledge
รับทำ	承辦	undertake
รับบรรทุกสินค้า	承運	acceptance gor carriage
รับประกัน	保證	guarantee
รับประกันการซ่อม	保修	guarantee
รับเปลี่ยนหรือคืน (สินค้า)	包退包換	guarantee of refund or exchange
รับผิดชอบ	承擔/負責	responsible
รับฟังข้อเรียกร้อง,ข้อเสนอแนะ	採納	accept
รับรอง	承認/擔保	acknowledge
รับรองการจ่าย	承兌	accept the bill
รับสายโทรศัพท์	接電話	receive telephone call
รับสินบน	受賄	receive bribes
รับเหมา	承包	contract
รับเหมาทั้งค่าแรงและวัสดุ	包工包料	contract for labour and materials

194

ราคา	價錢/價格	price
ราคาณท่าเรือต้นทาง	船上交貨價	F.O.B.
ราคาขาดตัว	一口價	fixed price
ราคาขาย	賣價	selling price
ราคาขายปลีก	零售價	retail price
ราคาขายส่ง	批發價	wholesale price
ราคาซื้อ	買價	buying price
ราคาต้นทุน	成本價	cost price
ราคาตลาด	市價	market price
ราคาต่อหน่วย	單價	price per unit
ราคาต่าง	差價	difference in price
ราคาตายตัว	實價	firm offer
ราคต่ำสุด	底價	reserve price
ราคาเต็ม	全價	full price
ราคาถูก	便宜	inexpensive
ราคาทองคำ	黃金價格	gold price set a price
ราคาที่กำหนด	定價	set a price
ราคาที่ดิน	地價	land price

ราคาที่ตกลงซื้อขาย	成交價	knock-down price
ราคาที่เสนอ	報價	offer
ราคาท่าไหร่?	多少錢?	how much?
ราคาประเมิน	成本估計	cost estimate
ราคาปิดตลาด	閉市價	closing price
ราคาเปรียบเทียบ	比價	price ratios
ราคาเปิด	開盤價	opening quotation
ราคาพาร์	票面價格	par value
ราคาพิเศษ	特殊價	special piece
ราคาพิเศษ (ที่ให้กับลูกค้าคนใดคนหนึ่ง)	優惠價	favorable price
ราคามาตรฐาน	基本價	standard price
ราคาย่อมเยา	廉價	moderate price
ราคาโรงงาน	廠價	factory price
ราคาลดลง	降低價格	to lowered or reduced price
ราคาสินค้า	產品價格	the price of goods
ราคาสินค้าส่งถึง	到岸價	CIF

ท่าเรือปลายทาง		
ราคาสูงมากเกินไป	超值	to exceed the real value of a commodity
ราคาเสนอซื้อ	競價	bid in competition
ราคาหน้าโรงงาน	工廠交貨價	ex-works price
ราคาหุ้น	股價	stock price
ร่างกฎหมาย	草案	draf law
รางรถไฟ	鐵道	railway tracks
รางวัล	酬勞/獎賞	reward
ร้านกาแฟ	咖啡店	café
ร้านขนม	糖果店	candy shop
ร้านขายของชำ	雜貨店	grocery
ร้านขายของใช้เด็ก	兒童用品商店	child's goods store
ร้านขายของเล่น	玩具店	toy shop
ร้านขายเครื่องเขียน	文具店	stationery store
ร้านขายเครื่องดื่มเย็น	冷飲店	cold drinks shop
ร้านขายผ้า	布店	cloth store
ร้านขาย	家具店	furniture shop

เฟอร์นิเจอร์		
ร้านขายยา	藥房	pharmacy, drugstore
ร้านขายวัตถุโบราณ	古玩商店	antique shop
ร้านขายสินค้ามือสอง	舊貨店	secondhand shop
ร้านขายเสื้อผ้า	服裝店	clothes shop
ร้านขายเหล้า	酒類專賣店	liquor store
ร้านขายอุปกรณ์ก่อสร้าง	建材商店	buildding materials store
ร้านค้า	商店	shop
ร้านค้าปลีก	零售商店	retail shop
ร้านเครื่องใช้ไฟฟ้า	電器商店	electric appliance shop
ร้านซักรีด	洗衣店	laundry
ร้านดอกไม้	花店	flower shop
ร้านตัดผม	理髮店	barber's shop
ร้านถ่ายรูป	攝影室	photographic studio
ร้านเบเกอรี่	麵包房	backery
ร้านแว่นตา	眼鏡店	glasses and lens shop

ร้านสะดวกซื้อ	便利店	convenience store
ร้านสาขา	支店	branch store
ร้านเสริมสวย	美容店	salon
ร้านหนังสือ	書店	bookstore
รายการอาหาร	菜單	menu
รายงานการเงิน	財務報表	(financial) statement
รายงานการเงิน ประจำเดือน	銀行每月結單	monthly statement
รายงานการประชุม	會議報道	meeting report
รายงานข่าว	新聞報導	report
รายงานตัว	報到	register
รายงานประจำปี	年度報告	annual report
รายจ่าย	支出	expense
รายจ่ายการคลัง	財政支出	public expenditure
รายได้	收入	income
รายได้การคลัง	財政收入	revenue
รายได้เฉลี่ยต่อหัว	人均收入	per capital income
รายได้ไม่พอกับ รายจ่าย	入不敷出	unable to make both ends meet

รายได้สุทธิ	淨利	net income
รายรับ	收入	income
ริเริ่ม	創立	originate
รีบเร่ง	倉促	hasty
รุ่นรถ	車型	car model
รูปคดี	案情	details of a case
รูปแบบการดำเนินธุรกิจ	商業模型	business model
รู้สึกเสียใจ	抱歉	sorry
เร่ขาย	兜售	hawk
เร่ง, เร่งรัด	催	hasten
เร่งชำระหนี้	催款通知	notice of a call
เรซูเม่	簡歷	resume
เรดาร์	雷達	radar
เราท์เตอร์	路由器	router
เริ่มงาน	動工	start construction
เรือ	船舶	ship
เรือกลไฟ	汽船	steamship
เรือข้ามฝาก	輪渡	ferry

เรือเดินทะเล	海船	seagoing vessel
เรือโดยสาร	客輪	passenger ship
เรือบรรทุกน้ำมัน	油輪	oil tanker
เรือบรรทุกสินค้า	貨櫃船	containership
เรือสินค้า	商船	merchant ship
แรกเริ่ม	初步	fundamental
แรงงานชั่วคราว	零工	short-term hired labour
แรงงานเด็ก	童工	child labour
แรงงานต่างด้าว	移民工人	migrant workers
แรงงานฝีมือ	熟練工人	skill labour
แรงงานส่งออก	勞務輸出	labor service export
แรงงานสัมพันธ์	勞動關係	labour relations
แรม	隨機存取存儲器	random access memory (RAM)
โรคที่เกิดจากสภาพของงานที่ทำ	職業病	occupational disease
โรงกลั่นน้ำมัน	煉油廠	oil refinery plant
โรงกลั่นเบียร์	啤酒廠	brewery
โรงกลั่นเหล้า	釀酒廠	distillery
โรงฆ่าสัตว์	屠宰場	slaughterhouse

โรงงาน	工廠	factory
โรงงานกระดาษ	造紙廠	paper mill
โรงงานกระเบื้องเซรามิก	磁磚廠	ceramic tile factory
โรงงานเครื่องกระป๋อง	罐頭廠	canning factory
โรงงานเครื่องแก้ว	玻璃器皿廠	glassware factory
โรงงานถลุงแร่	冶煉廠	smeltery
โรงงานทอกระสอบ	麻布袋廠	gunny-bag factory
โรงงานทอผ้า	織布廠	weaving factory
โรงงานทำกระจก	玻璃廠	glass factory
โรงงานนาฬิกา	鐘錶廠	watch factory
โรงงานน้ำตาล	糖廠	sugar mill
โรงงานประกอบรถยนต์	汽車裝配廠	automobile assembly plant
โรงงานปั่นด้าย	紡紗廠	spinning factory
โรงงานปุ๋ยเคมี	化肥廠	chemical fertilizer plant
โรงงานปูน	水泥廠	cement works
โรงงานผลิตนม	牛奶廠	milk factory

โรงงานผลิตเนื้อสัตว์	肉聯廠	meat oricessing plant
โรงงานผลิตแป้งหมี่	麵粉廠	flour mill
โรงงานผลิตภัณฑ์ไม้	木製品加工廠	woodworking plant
โรงงานผลิตหินอ่อน	大理石廠	marble factory
โรงงานผลิตเหล็ก	鋼鐵廠	iron works
โรงงานฟอกหนัง	鞣皮廠	tannery
โรงงานเฟอร์นิเจอร์	家具廠	furniture factory
โรงงานไม้แปรรูป	鋸木廠	lumber mill
โรงงานไม้อัด	胶合板廠	plywood factory
โรงงายยาสูบ	卷菸廠	tobacco factory
โรงน้ำชา	茶館	tea house
โรงพัก	警署	police bureau
โรงพิมพ์	印刷廠	printing house
โรงรับจำนำ	典當行	pawnshop
โรงเลื่อย	鋸木廠	sawmill
โรงสีข้าว	碾米廠	rice mill

โรงหล่อ	鑄造工廠	foundry
โรงอาหาร	食堂	dining hall
ล		
ลงคะแนนเสียง	投票	to vote
ลงโฆษณา	登廣告	advertise
ลงทุน	投資	to invest
ลงทุนน้อยแต่ได้กำไรมาก	一本萬利	gain enormouse profit out of a small capital investment
ลงโทษ	處分	punish
ลงบัญชี	登帳	entry account
ลงบันทึกไว้เป็นข้อมูล	備案	put on records
ลงมติ	議決	resolve
ลงหนังสือพิมพ์	投稿	submission
ลดกำลังการผลิต	減產	reduction of output
ลดค่าเงิน	貶值	devalue
ลดค่าจ้าง	減薪	cut wages, pay cuts
ลดต้นทุน	降低成本	reduce costs
ลดราคา	減價/打折	reduced price

ลดลง	降低	todecrease
ลดล้างสต็อก	甩賣	clearance sale
ล้นตลาด	供大於求	supply exceeds demand
ล้มละลาย	破產/倒閉	go bankrupt
ล่วงหน้า	提前	advance
ล็อตเตอรี่	彩票	lottery
ละเมิดลิขสิทธิ์	盜版	pirate
ลัง	箱子	box
ลัทธิทุนนิยม	資本主義	capitalism
ละเมิดข้อตกลง	違約/違背合約	to infringe
ละทิ้งหน้าที่	拋棄責任	desert
ลาก่อน	再見	Goodbye
ลากิจ	請事假	compassionate leave
ลาคลอด	產假	maternity leave
ลางาน	請假	take leave
ลาดตระเวน	巡邏	(police) be on patrol
ลาแต่งงาน	婚嫁	marriage leave
ลานบิน	跑道	runway
ลาป่วย	病假	sick leave

ลาพักร้อนประจำปี	年休假	annual leave
ล่าม	翻譯員	translator
ล้าสมัย	過時	out of fashion
ลาออก	辭職	resign
ลำดับขั้นตอน	程序	procedure
ลำตัวเครื่องบิน	機身	fuselage
ลำโพง	音箱	speaker
ลำเรือ	船體	ship hull
ลิขสิทธิ์	版權	copyright
ลูกค้า	顧客/客戶	customer
ลูกจ้าง	雇員	employee
ลูกรอก	滑輪	pulley
ลูกหนี้	債務人	debtor
เลขขบวนรถไฟ	車次	train number
เลขทะเบียนรถ	汽車牌照號碼	registration number
เลขที่บัญชี	帳號	account number
เลขานุการ	秘書	secretary
เล่นการพนัน	打賭	bet
เล่นอินเตอร์เน็ต	上網	go online

เลิกกิจการ	歇業	close a business
เลิกกิจการเพราะขาดทุน	倒閉	go out of business
เลิกงาน	下班	get off work
เลิกจ้าง	辭退	retire
เลี่ยงภาษี	避稅	tax avoidance
เลื่อน	延期	put off
เลื่อนตำแหน่ง	提升職位	get a promotion
เลื่อย	鋸子	saw
แลกเงินย่อย	換成零錢	to change
แลกเปลี่ยนเงินตรา	兌換/換錢	exchange
โลกาภิวัตน์	全球化	globalization
โลง	棺材	coffin
ไล่ออก	解雇	fire, to dismiss
ว		
วงเวียน	環島	roundabout
วัตถุดิบ	原材料	raw materials
วันครบรอบ	…週年紀念日…	anniversary date
วันทำงาน	工作日	working day

วันเวลาที่คาดว่าจะส่งออกสินค้า	預計交貨時間	expected time of delivery(ETD)
วันเวลาที่คาดว่าสินค้าจะมาถึง	預計到達時間	expected time of arrival(ETA)
วันหยุด	假期	holidays
วันหยุดราชการ	法定假期	official holiday
วันหมดอายุ	有效限期	expiration date
วันหยุดชดเชย	補假	substitstion for
วัสดุ	材料	material
วัสดุก่อสร้าง	建築材料	construction materials
วัสดุโรงงาน	工廠供應品	factory supplies
วางครงสร้าง	布局	design
วางตลาด	上市	put on the market
วางบิล	放單	bill
วางแผน	策劃	plan
วางหูโทรศัพท์	掛斷電話	hang up the phone
ว่าจ้าง	雇傭	to engage
วาณิชธนกิจ	投資銀行業	investment banking
วายฟาย	無線網路	Wi-Fi

วาระการประชุม	議程	agenda
วาล์ว	閥門	valve
วิกฤตการณ์ด้านการเงิน	金融危機	financial crisis
วิกฤตการณ์ด้านเศรษฐกิจ	經濟危機	economic crisis
วิทยุสนาม	步話機	walkie-talkie
วิทยุสื่อสาร	無線電通信	radio communication
วิธีชำระเงิน	付款方式	payment method
วิศวกร	工程師	engineer
วิศวกรโยธา	土木工程師	civil engineer
เว็บไซด์	網站	website
เวลาทำการ	營業時間	business hours
เวลาว่าง	閑空	free time
โวลต์มิเตอร์	伏特計	voltmeter
ไว้ทุกข์ / ไว้อาลัย	哀悼	mourn for the deceased
ไวรัส	病毒	virus

ศ		
ศิลปิน	藝術家	artist
ศึกษาวิจัย	研究	research
ศุลกากร	海關	customs
ศูนย์กระจายสินค้า	商品集散中心	distribution center
ศนย์การค้า	商場	shopping center
เศรษฐกิจ	經濟	economy
เศรษฐกิจการเงิน	財經	finance and economics
เศรษฐกิจชะงักงัน	經濟停滯	economic stagnation
เศรษฐกิจตกต่ำ	經濟蕭條	economic depression
เศรษฐกิจที่ร้อนแรง	經濟過熱	economic over-heating
เศรษฐกิจนอกระบบ	黑市經營	black economy
เศรษฐกิจพอเพียง	充足經濟	sufficiency economy
เศรษฐกิจฟองสบู่	泡沫經濟	bubble economy
เศรษฐศาสตร์	經濟學	economics
เศรษฐศาสตร์จุลภาค	微觀經濟學	microeconomics
เศรษฐศาสตร์มหภาค	宏觀經濟學	macroeconomics

ส		
สกรู	螺釘	screw
สกุลเงิน	貨幣單位	currency
สกู๊ปข่าว	獨家新聞	scoop
ส่ง	發送	send
ส่งข้อความ	發短信	send short message
สงคราม	戰爭	war
สงครามราคา	價格戰	price war
ส่งเงิน	匯寄	remit, send money
ส่งจดหมาย	寄信	send the letter
ส่งถึงบ้าน	送外賣	delivery
ส่งทางไปรษณีย์	郵寄	send by post
ส่งโทรสาร	發傳真	send a fax
ส่งมอบสินค้า	交貨	delivery
สงวนลิขสิทธิ์	版權所有	All Right Reserved
ส่งออก	出口	to export
สต็อค	儲備	reserve
สตางค์	士丁	satang
สตาร์ทรถ	開動	start

สถานการณ์การเมือง	政局	political situation
สถานที่	場地	place
สถานที่ดำเนินกิจการ	場所	location
สถานที่นัดพบ	會場	meeting place
สถานประกอบการ	營業所	place of business
สถานีดับเพลิง	消防站	fire station
สถานีต้นทาง	始發站	starting station
สถานีตำรวจย่อย	派出所	local police station
สถานีโทรทัศน์	電視台	television station
สถานีปลายทาง	到達站	destination station
สถานีรถไฟ	火車站	railway station
สถานีวิทยุ	廣播電台	radio station
สถาบันจัดอันดับความน่าเชื่อถือ	信用評級機構	Credit Rating Agency (CRA)
สถาปนิก	建築師	architect
สภากาชาดไทย	泰國紅十字會	The Thai Red Cross Society
สภาพการทำงาน	工作條件	working condition

สภาพคล่อง	資產流動性	liquididty
สภาพแวดล้อมใน การทำงาน	工作環境	work envirinment
สภาวะการตลาด	行情	market conditions
สภาหอการค้าแห่ง ประเทศไทย	泰國商會	The Thai Chamber of Commerce
สภาอุตสาหกรรม แห่งประเทศไทย	泰國工業聯盟	The Federation of Thai Industries
สมเหตุสมผล	合理	reasonable
สมัครงาน	求職	to apply for a job
สมาคมวิชาชีพ	行業協會	guild
สมาคมการค้าไทย- ไต้หวัน	泰國台灣商會聯合 總商會	Thai-Taiwan Business Association
สมาชิก	成員	member
สมุดเช็ค	支票簿	cheque book
สมุดโทรศัพท์	電話簿	phone book
สมุดบัญชีธนาคาร	存摺	savingsbook, passbook
สมุดบัญชีแยก	應付帳款分類帳	accounts payable ledger

ประเภทเจ้าหนี้		
สมุดบัญชีแยกประเภททั่วไป	總分類帳	general ledger
สมุดบัญชีแยกประเภทย่อย	明細分類帳	subsidiary ledger
สมุดบัญชีแยกประเภทลูกหนี้	應收帳款分類帳	accounts receivable ledger
สมุดฝากเงิน	存摺	deposit book
สมุดรายวันขาย	銷貨日記簿	sale journal
สมุดรายวันจ่ายเงินสด	現今支出日記帳	cash payments journal
สมุดรายวันเฉพาะ	特種日記帳	special journal
สมุดรายวันซื้อ	購貨日記簿	bought day book
สมุดหน้าเหลือง	黃頁	yellow pages
สรุปสาระสำคัญ	摘要	summary
สมุห์บัญชี	會計主任	chief accountant
สร้าง	創建	to establish
สร้างผลกำไร	創利	generate profit
สร้างรายได้	創收	extra earning

สละสิทธิ์	放棄權利	disclaim
สลักหลังเช็ค	背書支票	endorse a check
สลับซับซ้อน	複雜	complicate
สลากกินแบ่ง	彩票	lottery
ส่วนของเจ้าของกิจการ	業主權益	owner's equity
ส่วนของผู้ถือหุ้น	股票權益	Shareholders' Equity
ส่วนของหุ้นส่วน	合夥人權益	partner's equity
ส่วนชักนายหน้า	經濟傭金	brokerage
ส่วนที่นั่งผู้โดยสาร	客艙	passenger cabin
ส่วนที่นั่งผู้โดยสารชั้นธุรกิจ	商務艙	business class
ส่วนที่นั่งผู้โดยสารชั้นประหยัด	經濟艙	economy class
ส่วนที่เหลือ	乘下	remain
ส่วนแบ่งการตลาด	市場占有率	market share
ส่วนประกอบสำคัญโครงสร้างพื้นฐาน	基礎設施	infrastructure
ส่วนลด	折扣	discount

สวัสดิการ	勞動福利	work fare
สวัสดี	你好	hello
สวัสดี (ต่อผู้อาวุโส)	您好	How do you do.
สว่านโรตารี	電錘鑽	rotary hammer drill
สวิตซ์	開關	switch
สหภาพแรงงาน	公會	labour union
สอบถาม	查詢	inquiry
สอบสวน	調查	investigation
สอบสัมภาษณ์	面試	interviewing
สะพานลอย	天橋	overbridge
สะสม	積累	accumulate
สะสมคะแนน	積分	accumulate points
สะสมแสตมป์	集郵	philately
สั่งจอง	訂購	to order
สั่งจองล่วงหน้า	預定	schedule in advance
สั่งซื้อ	訂貨	order goods
สั่งซื้อทางไปรษณีย์	郵購	purchase by mail
สั่งซื้อทางอินตอร์	網上購物	E-shopping

เน็ต		
สั่งซื้อล่วงหน้า	預購	purchase in advance
สั่งสินค้า	訂貨	place order for goods
สัญญา	合同	contract
สัญญาจ้างงาน	勞務合同	work contract
สัญญาณเตือน	警報器	siren
สัญญาณเตือนภัย	報警器	annunciator
สัญญาณโทรศพท์	電話信號	telephone signal
สัญญาว่าจ้าง	雇用合同	employment agreement
สัดส่วน	比例	proportion
สัตวแพทย์	獸醫	veterinary
สัมภาษณ์	面試	interviewing
สัมภาษณ์งาน	求職面試	interview fo a job
สาขา	分店	branch (of a shop)
สามแยก	三岔路口	junction of three roads
สายการบิน	航空公司	airline
สายการประกอบเครื่อง	裝配線	assembly line
สายการผลิต	生產線	production line

สายด่วน	熱線	hotline
สายที่ได้รับ	已接來電	received calls
สายที่โทรออก	已撥電話	dialled numbers
สายที่ไม่ได้รับ	未接來電	missed calls
สายโทรศัพท์	電話線路	telephone line
สายพานลำเลียงกระเป๋า	行李傳送帶	baggage carousel
สายไม่ว่าง	占線	the line is busy
สายรุ้งกระดาษ	飄帶	streamer
สารเคมี	化學品	chemical
สำนักงาน	辦公室	office
สำนักงานสอบบัญชี	審計事務所	audit firm
สำนักจัดหางาน	就業介紹所	employment agency
สำนักพิมพ์	出版社	publisher
สำนักหนังสือพิมพ์	報社	newspaper office
สำรองจ่าย	墊付	pay for sb.And expect to be paid later
สิ่งเจือปน	摻雜物	adulterant
สิ่งที่แนบมาด้วย	附件	anclosure
สิ่งทอ	紡織品	textile, fabric

สิทธิการเป็นตัวแทนจำหน่าย	代理權	agency right
สิทธิบัตร	專利權	patent
สิทธิประโยชน์ทางภาษี	稅收權益	tax inventives
สิทธิผู้บริโภค	消費者權益	consimer rights
สิทธิพิเศษ	特權	preferential
สินค้า	貨物	goods
สินค้าเกษตร	農產品	agricultural product
สินค้าเก่า	舊產品	old product
สินค้าขาดตลาด	供應不足	demend exceeds supply
สินค้าคงคลัง	庫存	inventory
สินค้าคงค้าง	陳貨	old stock
สินค้าด้อยคุณภาพ	殘次品	defective goods
สินค้าต้องห้าม	違禁品	contraband
สินค้าที่เก็บไว้ในโกดัง	倉儲	storage
สินค้าที่ซื้อขายล่วงหน้า	期貨	futures goods

สินค้าที่อยู่ระหว่างการผลิต	再製品	goods in process
สินค้านำเข้า	進口貨	import product
สินค้าเน่าเปื่อยได้	易腐物品	perishables
สินค้าในโกดัง	倉儲	etc. in a storehouse
สินค้าเบ็ดเตล็ด	雜貨	groceries
สินค้ามือสอง	二手貨	secondhand goods
สินค้าไม่เพียงพอกับความต้องการของตลาด	供不應求	demand over supply
สินค้าละเมิดลิขสิทธิ์	侵權物品	counterfeit goods
สินค้าส่งออก	出口商品	export product
สินค้าสำเร็จรูป	成品	finished goods
สินค้าสั่งทำพิเศษ	訂製品	made to order
สินค้าหมดสต็อค	脫銷 / 售完	sold out
สินค้าใหม่	新產品	new product
สินค้าอันตราย	危險物品	dangerous goods
สินทรัพย์	資產/財產	assets
สินทรัพย์ของรัฐ	國有資產	state-owned assets

สินทรัพย์ถาวร	固定資產	fixed assets
สินทรัพย์หมุนเวียน	流動資產	current assets
สินบน	賄	bribes
สิ้นเปลือง	浪費	waste
สิ้นสุดลง	閉幕	the curtain falls
สิ่ว	鑿子	chisel
สี่แยก	十字路口	crossroads
สื่อสารมวลชน	大眾傳播工具	mass communication
สุทธิ	淨的	[of profit] net
สุนทรพจน์	祝酒詞	Speech made when proposing a toast.
สุ่มตรวจ	抽查	carry out a spot check
สุสาน	墓地	cemetery
เส้นตาย	期限	deadline
เส้นทาง	路線	route
เส้นทางการขนส่ง	運輸線	transport line
เส้นทางเดินเรือ	海陸	sea rounte
เส้นลวด	鐵絲	iron wire
เส้นสาย	走後面/後盾	cinnection, supporter
เสนอราคา	報價	quote a price

เสนาธิการ	參謀長	chief of staff
เสมียน	文員	clerk
เสียภาษี	納稅	pay taxes
เสียหาย	損失	loss
แสดงยอดบัญชี	報帳	render an account
แสตมป์	郵票	stamp
แสตมป์ทีระลึก	紀念郵票	commemorative stamp
ห		
หน่วยความจำ	內存	memory
หน่วยงาน	部門	sector
หน่วยเงินตรา	貨幣單位	monetary unit
หน่วยลงทุน	單位信托	Unit Trust
หนังสือเตือน	警告單	warning note
หนังสือบริคณห์สนธิ	公司組織大綱	Memorandum of Association
หนังสือพิมพ์	報紙	newspaper
หนังสือพิมพ์รายวัน	日報	daily newspaper
หนังสือพิมพ์รายสัปดาห์	週報	weekly newspaper

หนังสือมอบอำนาจ	委託書	proxy
หนังสือลาออก	辭職單	letter of resignation
หนังสือรับรอง, หนังสือค้ำประกัน	保證函	letter of guarantee
หนังสือรับรองแหล่งผลิตสินค้า	產地證明書	certificate of origin
หนังสือแสดงเจตจำนง	意向書	letter of intention
หน้าที่	任務	duty
หน้าเว็บไซด์	網頁	web page
หนี้	負債/債務	debt;liability
หนีภาษี	逃稅	evade taxes
หนี้ระยะยาว	長期債務	permanent debt
หนี้ระยะสั้น	流動債務	floating debt
หนี้สิน	債務	debt;liability
หนี้สินของรัฐ	國債	national debt
หนี้สินระยะยาว	長期負債	long-term liabilities
หนี้สินหมุนเวียน	流動負債	current liabilities
หนี้สูญ	呆帳/壞帳	bad debt

หนี้เสีย	呆帳/壞帳	bad debt
หมดสต็อก	托銷 / 缺貨	out of stock
หมวกกันน็อค	安全帽	safety helment
หมวกนิรภัย	鋼盔	steel helmet
หมอ, แพทย์	醫生	doctor
หมอดู	算命者	fortuneteller
หม้อแปลง	變壓器	transformer
หมายค้น	搜查證	search warranty
หมายจับ	逮捕證	arrest warrant
หมายเรียกตัว	傳喚	summons
หมายเลขโทรศัพท์	電話號碼	telephone number
หมายเลขโทรสาร	傳真號碼	fax number
หมายเลขประจำ ผลิตภัณฑ์	編號	serial number
หมายเลขรหัส	密碼	password
หมายศาล	法院令狀	court writ
หยวน (เงิน)	元/塊	yuan
หยุดงานประท้วง	罷工	strike
หยุดรถ	停車	stop the car

หลงทาง	迷路	got lost
หลักฐาน	證據	evidence
หลักทรัพย์	證券	security
หลักทรัพย์ค้ำประกัน	擔保品	collateral
หลักทรัพย์จดทะเบียน	上市證券	listed security
หลักประกัน	保障	guarantee
หลักสูตรฝึกอบรม	訓練課程	training course
หลุมศพ	墳墓	grave
ห่วงชูชีพ	救生圈	life ring
ห่วงโซ่คุณค่า	價值鏈	value chain
ห่วงโซ่อุตสาหกรรม	產業鏈	industrial chain
ห่อ	包	to cover, to wrap
หอการค้า	商會	Chamber of Commerce
ห้องกระจายเสียง	播音室	broadcasting studio
ห้องเก็บสัมภาระ	行李艙	baggage cabin
ห้องเคบิน	船艙	cabin ship

225

ห้องเครื่อง	機艙	engine room
ห้องนักบิน	駕駛艙	cockpit
ห้องน้ำ	盥洗室	lavatory
ห้องผู้โดยสาร	房艙	passenger's cabin in a ship
ห้องพักผู้โดยสารขาเข้า	抵達大廳	Inbound Lounge
ห้องพักผู้โดยสารขาออก	候機室	Departure Lounge
ห้องสนทนาออนไลน์	網路聊天室	chatroom
ห้องอาหาร	餐廳	dining-hall
หอบังคับการบิน	塔台	control tower
หอประชุม	會議廳	convention hall
หักล้างบัญชี	沖帳	strike a balance
หัวหน้า	領袖	boss,leader
หัวหน้าคนงาน	工頭	foreman
หัวหน้าแผนก	部長	department director
หัวหน้าพนักงาน	領班	gaffer
หัวหน้าหน่วย	課長	section supervisor

ห้างทอง	金店	gold shop
ห้างสรรพสินค้า	百貨大樓	departmant store
หางเสือ	舵	rudder
ห้างหุ้นส่วน	合夥企業	partnership
ห้างหุ้นส่วนจำกัด	有限責任合夥	limited partnership
หางาน	找工作	apply for a job
ห้ามเข้า	禁止進入	no entry
ห้ามจอดรถ	禁止停車	no parking
ห้ามจำหน่าย	非賣品	not for sale
ห้ามถ่ายรูป	禁止拍照	no photo
ห้ามทิ้งขยะ	禁止丟垃圾	no littering
ห้ามรับประทานอาหาร	禁止用餐	no food allowed
ห้ามสูบบุหรี่	禁止抽菸	no smoking
หาเสียง	拉票	solicit votes
หีบใส่บัตรลงคะแนน	票商	ballot box
หีบห่อ	包裝	package
หุ้น	股票	ownership share, stock

หุ้นกู้	債券	debenture
หุ้นกู้แปลงสภาพ	可轉換債券	Convertible Debenture
หุ้นขยะ	績差股	poor performance stocks
หุ้นบุริมสิทธิ์	優先股	preferred stocked
หุ้นส่วน	合夥人	partnership
หุ้นสามัญ	普通股	common stock
เหตุสุดวิสัย	不可抗力	act of god
เหมาเช่า	包租	rent land or a house for subletting
เหรียญกษาปณ์	硬幣	coin
แหล่งเงินทุน	投資基金的來源	source of investment funds
แหล่งที่มาของสินค้า	貨源	supply of goods
แหล่งผลิต	出產地	country of origin
ให้เช่า	出租	to let
ให้ยืมเงิน	借給錢	lend money
ให้ส่วนลด	打折	give a discount
ไหลเวียน	流通	to circulate
ไหว้	合十禮	pay respect

อ		
องค์กรไม่แสวงผลกำไร	獨立的非營利性組織	independent non-profit organisation
องค์การการค้าโลก	世界貿易組織	World Trade Organization(WTO)
อนุสิทธิบัตร	小專利	petty patent
อย่างน้อยที่สุด	起碼	minimum
อยู่ระหว่างการก่อสร้าง	施工中	under construction
อยู่ระหว่างการขนส่ง	運輸中	into the pipeline
อยู่ระหว่างการใช้งาน	使用中	in use
อรุณสวัสดิ์	早安	Good morning
อวยพร	祝福	greeting
อวยพรวันเกิด	拜壽	congratulate an elderly person on his birthday
อวยพรวันปีใหม่	拜年	wish a elderly person a Happy New Year
อสังหาริมทรัพย์	不動產	real estate
ออกค่าใช้จ่ายเอง	自費	at one's own expense
ออกเดินทาง	出發	start out

ออกนอกประเทศ	出境	leave a country
ออกสู่ตลาด	上市	on the market
ออกอากาศ	廣播	broadcast
ออนไลน์	上線	online
อ่อนค่า	疲軟	slump
ออฟไลน์	下線	offline
ออมเงิน	儲蓄	saving money
ออมทรัพย์	儲蓄/存款	saving money
อะไหล่	部件	parts
อัตราการหมุนเวียนของสินทรัพย์คงเหลือ	存貨周轉率	Inventory Turnover
อัตราการหมุนเวียนของสินทรัพย์ถาวร	固定資產周轉速度	fixed-asset turnover rate
อัตราความเร็ว	時速	speed per hour
อัตราความสามารถในการทำกำไร	盈利能力比率	profitability tatio
อัตราดอกเบี้ย	利率	interest rate
อัตราดอกเบี้ยเงินกู้	貸款利率	interest rate on a loan

อัตราผลตอบแทน	回報率	rate of return
อัตราผลตอบแทน จากการดำเนินงาน ต่อสินทรัพย์	基本購買力比	Basic Earning Power Ratio
อัตราผลตอบแทน จากการลงทุน	內部收益率	internal rate of return
อัตราผลตอบแทน เฉลี่ย	平均收益率	Average Rate of Return
อัตราผลตอบแทน ต่อส่วนของเจ้าของ	股本回報率	Return on Equity
อัตราภาษี	稅率	tax rate
อัตรารายได้ต่อปี	年收益率	income return
อัตราแลกเปลี่ยน	匯率	exchange rate
อัตราแลกเปลี่ยน เงิน	兌換率	money exchange rate
อัตราแลกเปลี่ยน ลอยตัว	浮動匯率	floating exchange rate
อัตราส่วนเงินทุน หมุนเวียน	流動比率	current ratio

อัตราส่วนทุนหมุนเวียน	流動比率	Current Ratio
อัตราส่วนเปรียบเทียบ (เปอร์เซ็นต์)	百分比	percentage
อัตราส่วนวัดประสิทธิภาพในการดำเนินงาน	活動比率	activity ratio
อัตราส่วนสภาพคล่อง	流動比率	liquidity ratio
อัตราส่วนหนี้สินต่อสินทรัพย์	債務比率	Debt Ratio
อัพเกรด	升級	upgrade
อากรแสตมป์	印花稅票	revenue stamp
อาคารผู้โดยสาร	機場大樓	terminal building
อ้างอิง	參照	refer to
อาจารย์, ครู	老師	teacher
อาชญากร	罪犯	criminal
อาชีพ	職業	occupational disease

อายัด	凍結	freeze
อายุงาน	工齡	working years
อำนาจ	權力	power
อำนาจรัฐ	政治權力	political power
อินเตอร์เน็ต	網絡	internet
อินตอร์เน็ตคาเฟ่	網咖	internet café
อินเทอร์เน็ตไร้สาย	無線網路	Wireless-Fidelity (Wi-Fi)
อินฟาเรด	紅外線	infrared rays
อีเมล์	電子郵件	e-mail
อีเมล์แอดเดรส	電郵地址	e-mail address
อุตสาหกรรม	工業	industry
อุตสาหกรรมกระดาษ	造紙工業	paper manufacturing industry
อุตสาหกรรมกระเบื้อง	陶瓷工業	ceramic industry
อุตสาหกรรมก่อสร้าง	建築工業	building industry
อุตสาหกรรมการเกษตร	農業企業	agricultural industry

อุตสาหกรรมการ ขนส่งทางทะเล	航運業	shipping industry
อุตสาหกรรมการ ท่องเที่ยว	旅遊業	travel industry
อุตสาหกรรมการ บริการ	服務業	service industry
อุตสาหกรรมการ บิน	航空行業	airline industry
อุตสาหกรรมการ บินอวกาศ	航天工業	space industry
อุตสาหกรรมการ ประมง	漁業	fisheries industry
อุตสาหกรรมการ ผลิตไฟฟ้า	電力工業	electric utility industry
อุตสาหกรรมแก้ว	玻璃工業	glass industry
อุตสาหกรรมแก๊ส	煤氣工業	gas industry
อุตสาหกรรมขนม อบ	焙烤食品工業	baking industry
อุตสาหกรรม	機器製造業	machine-building industry

เครื่องจักร		
อุตสาหกรรมเครื่องใช้ไฟฟ้า	器械工業	appliance industry
อุตสาหกรรมเครื่องทอง	金屬製品工業	fabricated metal industry
อุตสาหกรรมเครื่องบิน	飛機製造工業	aircraft industry
อุตสาหกรรมเครื่องสำอางค์	化妝品業	cosmetic industry
อุตสาหกรรมเครื่องอุปโภค	消費品工業	consumer goods industry
อุตสาหกรรมโฆษณา	廣告業	advertising industry
อุตสาหกรรมเชื้อเพลิง	燃料工業	fuel industry
อุตสาหกรรมซีเมนต์	水泥工業	cement industry
อุตสาหกรรมต้านมลพิษ	反污染工業	anti-pollution industry

อุตสาหกรรมถ่านหิน	煤炭工業	coal industry
อุตสาหกรรมทางจุลชีววิทยา	微生物工業	microbiological industry
อุตสาหกรรมน้ำมัน	油脂工業	oil production industry
อุตสาหกรรมเนื้อสัตว์	肉類加工業	meat-packing industry
อุตสาหกรรมในครัวเรือน	家庭工業	home industry
อุตสาหกรรมบันเทิง	娛樂業	entertainment industry
อุตสาหกรรมเบา	新工業	light industry
อุตสาหกรรมเบียร์	啤酒釀造工業	brewing industry
อุตสาหกรรมประกันภัย	保險業	insurance industry
อุตสาหกรรมปิโตรเคมี	石油化學工業	petro-chemical industry
อุตสาหกรรมปิโตรเลียม	石油工業	petroleum industry
อุตสาหกรรม	人造石油工業	artificial petroleum industry

ปิโตรเลียมสังเคราะห์		
อุตสาหกรรมแปรรูปโลหะ	金屬加工業	metal-processing industry
อุตสาหกรรมผลไม้	果品行業	fruit industry
อุตสาหกรรมผลิตภัณฑ์สัตว์น้ำ	水產業	marine products industry
อุตสาหกรรมผ้าไหม	絲綢工業	silk textile industry
อุตสาหกรรมพลังงาน	電力工業	power industry
อุตสาหกรรมพลาสติก	塑料工業	plastics industry
อุตสาหกรรมเฟอร์นิเจอร์	家具工業	furniture industry
อุตสาหกรรมไฟฟ้า	電器製造工業	electric industry
อุตสาหกรรมไม้	木材工業	wood industry
อุตสาหกรรมยาง	橡膠工業	rubber industry
อุตสาหกรรมยาน	航空和航天工業	aerospace industry

บิน		
อุตสาหกรรมยานยนต์	汽車製造業	motor industry
อุตสาหกรรมแร่	採掘工業	mineral industry
อุตสาหกรรมโรงแรม	旅館業	hotel industry
อุตสาหกรรมลูกกวาด	糖果工業	confectionery industry
อุตสาหกรรมโลหะหนัก	硬質合金工業	hard metal industry
อุตสาหกรรมวัฒนธรรม	文化工業	culture industry
อุตสาหกรรมสัตว์	畜牧業	animal industry
อุตสาหกรรมสารสนเทศ	信息產業	information industry
อุตสาหกรรมสิ่งทอ	紡織工業	textile industry
อุตสาหกรรมสุรา	酒精飲料工業	alcoholic beverage industry
อุตสาหกรรมเสื้อผ้า/สิ่งทอ	服裝工業	clothing industry

อุตสาหกรรมสิ่งทอ	紡織業	textile industry
อุตสาหกรรมหนัก	重工業	heavy industry
อุตสาหกรรมหนังสือ	圖書出版業	book industry
อุตสาหกรรมห้องเย็น	冷藏工業	cold storage industry
อุตสาหกรรมเหล็ก	鋼鐵工業	steel industry
อุตสาหกรรมอาหาร	食品行業	food service industry
อุตสาหกรรมอาหารกระป๋อง	罐頭食品工業	canned foods industry
อุตสาหกรรมอาหารละเครื่องดื่ม	飲食工業	food and beverage industry
อุตสาหกรรมอาหารสัตว์	牲畜肥育業	animal feeding industry
อุตสาหกรรมอิเล็คทรอนิค	電子工業	electronic industry
อุตสาหกรรมอิเล็คทรอนิคคอมพิวเตอร์	電子計算機工業	electronic computer industry

อุบัติเหตุ	交通事故	traffic accident
อุปทาน	供給	supply
อุปสงค์	需求	demand
อุโมงค์	地道	tunnel
เอกชน	私人	private, individual
เอกสารชี้แจงรายละเอียด	單証	detail document
เอกสารสำหรับการประมูล	標書	bidding document
เอกสารอนุญาต	許可證	permit
เอทานอล (เอทิลแอลกอฮอล์)	乙醇	ethanol
เอื้อประโยชน์ซึ่งกันและกัน	互惠互利	reciprocity and mutual benefit
แอมมิเตอร์	電表	ammeter
แอร์โฮสเตส	空中小姐	air hostess
โอกาส	機會	opportunity
โอนกรรมสิทธิ์	過戶	transfer ownership
โอนเงิน	轉帳	banking transfer

โอนเงินทางไปรษณีย์	郵政匯票	postal money order
โอนเป็นของรัฐ	國有化	nationalization
ไอคอน	圖標	icon
ฮ		
ฮาร์ดดิสก์	硬盤	harddisk
ฮาร์ดแวร์	硬件	hardware
เฮลิคอปเตอร์	直升機	helicopter
แฮกเกอร์	黑客	hancker
โฮมเพจ	主頁	homepage
英文		
AWB	航路運貨車	Air Way Bill
B/L(ใบตราส่งสินค้าทางเรือ)	提貨車	Bill of Lading
B2B	企業對企業	Business-to-Business
B2C	企業對客戶	Business-to-Consumer
BOI(คณะกรรมการส่งเสริมการลงทุน)	促進投資委員會	The Board of Investment of Thailand
C&F(ราคาสินค้าบวกค่าขนส่ง)	成本加運費價	cost and freight
C2C	客戶對客戶	Consumer-to-consumer
CIF(ราคาสินค้าที่รวมค่าจัดส่งถึงผู้ซื้อและค่าประกันภัยสินค้าเสียหายในขณะขนส่ง)	到岸價	cost, insurance, and freight
D/O(ใบสั่งปล่อยสินค้า)	到港通知	Delivery Order
EFTA(เขตการค้าเสรียุโรป)	歐洲自由貿易聯盟	European Free Trade Association
ETA(ประมาณการวันที่เรือจะถึงท่าปลายทาง)	預計到港時間	Estimate time of Arrival
ETD(ประมาณการวันที่เรือจะออกจากท่า	預計離港時間	Estimate time of Departure

ต้นทาง)		
FOB(ราคาสินค้าที่ส่งมอบณท่าเรือ)	離岸價	free on board
GATS(ความตกลงทั่วไปว่าด้วยการค้าบริการ)	服務貿易總協議	General Agreement on Trade in Services
GATT(ข้อตกลงทั่วไปว่าด้วยภาษีศุลกากรและการค้า)	關貿總協定	General Agreement on tTariffs and Trade
GDP(ผลิตภัณฑ์มวลรวมในประเทศ)	國內生產總值	Gross domestic product
GMOs(สิ่งมีชีวิตทั้งพืชและสัตว์ที่ถูกดัดแปลงพันธุกรรม)	轉基因生物	Genetically Modified Organisms
GNP(ผลิตภัณฑ์มวลรวมประชาชาติ)	國民生產總值	Gross national product
GP(กำไรขั้นต้น)	毛利	Gross profit
GSP(ระบบสิทธิพิเศษทางภาษีศุลกากรเป็นการทั่วไป)	普惠制	Generalized System of Preference
IMF(กองทุนการเงินระหว่างประเทศ)	國際貨幣基金組織	the International Monetary Fund
IRR(อัตราผลตอบแทนภายใน)	內部收益率	Internal Rate of Return
ISO	國際標準化組織	International Standardization Organization
L/C(ตราสารเครดิต)	信用証	Letter of Credit
MLM(แผนการตลาดแบบหลายชั้น)	多層次營銷	Muti Level Marketting
MLR(อัตราดอกเบี้ยขั้นต่ำสำหรับเงินให้กู้ยืม)	最低貨款利率	Minimum Loan Rate
MOR(อัตราดอกเบี้ยขั้นต่ำสำหรับเงินเบิกเกินบัญชี)	最低透支率	Minimum Overdraft Rate
MOU(บันทึกความเข้าใจ)	諒解備忘錄	Memorandum Of Understand
MRR(อัตราดอกเบี้ยขั้นต่ำสำหรับเงินให้กู้ยืมแก่ลูกค้ารายย่อย)	零散估客貨款最低利率	Minimum Retail Rate
NPL(หนี้ที่ไม่ก่อให้เกิดรายได้)	未履行的貨款	Non Performance Loan
SME(วิสาหกิจขนาดกลางและขนาดย่อม)	中小企業	Small and Medium-Sized Enterprise
WTO(องค์การการค้าโลก)	世界貿易組織	World Trade Organization

第三部分 中泰－法政詞彙

	ㄅ	
兵營	กรมทหาร	Regiment
保衛國土廳	กรมรักษาดินแดน	Department of Territorial Defense
報警	แจ้งเหตุร้าย	report (an incident) to the police
報案	แจ้งความ	report
報失	แจ้งความของหาย	report the loss
步兵營	กรมทหารราบ	Infantry Barralion
不信任提案	ญัตติขอเปิดอภิปรายทั่วไปเพื่อลงมติไม่ไว้วางใจ	motion for a general debate for the purpose of passing a vote of censure
保釋	ประกันตัว	bail out
被告	จำเลย	defendant
被剝奪選舉權者	บุคคลต้องห้ามมิให้ใช้สิทธิเลือกตั้ง	person disfranchised on the election day
	ㄆ	
判案	พิพากษา	judgement
判決	คำตัดสิน	judgment
判詞	คำพิพากษา	court verdict

判決書	เอกสารคำตัดสิน	judgment
普通委員會	คณะกรรมาธิการสามัญ	standing committee
普通委員會委員	กรรมาธิการสามัญ	member of the standing committee
普通教育廳	กรมสามัญศึกษา	Department of Elementary Education
普通質詢	กระทู้ถามทั่วไป	ordinary interprllation
普通討論	การอภิปรายทั่วไป	general debate
普通討論的議案	ญัตติขอเปิดอภิปรายทั่วไป	motion for a general debate
普通例會	สมัยประชุมสามัญทั่วไป	general ordinary session
派出所	จุดรับแจ้งเหตุ	police substation
派出所	สถานีตำรวจย่อย	local police station
砲兵	ทหารปืนใหญ่	artilleryman
批准	อนุมัติ	approve
皮革工業機構	องค์การฟอกหนัง	The Tanning Organization
陪審團	คณะลูกขุน	jury
噴氣式飛機	เครื่องบินไอพ่น	jet plane
票箱	หีบใส่บัตร	ballot box

	ลงคะแนน	
旁聽人	ผู้เข้าฟังการพิจารณาคดี	auditor
陪審法官	ผู้พิพากษาสมทบ	associate judge
破產法	กฎหมายล้มละลาย	bankruptcy law
潘納空皇家師範大學	มหาวิทยาลัยราชภัฏพระนคร	Phranakorn Rajabhat University
ㄇ		
民法	กฎหมายแพ่ง	civil law
民用航空廳	กรมการบินพลเรือน	Department of Civil Aviation
民眾救助廳	กรมประชาสงเคราะห์	Public Welfare Department
民眾聯絡廳	กรมประชาสัมพันธ์	Public Relations Department
民事案件	คดีแพ่ง	civil case
謀殺案件	คดีฆาตกรรม	case of murder
民主	ประชาธิปไตย	democracy
民意	ประชามติ	public opinion
民兵	ทหารอาสาสมัคร	volunteer

民主政體/民主制度	ระบอบประชาธิปไตย	democratic regime
瑪哈薩拉勘大學	มหาวิทยาลัยมหาสารคาม	Mahasarakham University
瑪希隆大學	มหาวิทยาลัยมหิดล	Mahidol University
沒收財產	ยึดทรัพย์	seize property
沒有人反對的提案	ญัตติที่ไม่มีผู้ใดคัดค้าน	unprotested motion
滅火機	ถังดับเพลิง	fire extinguisher
免職/離任	พ้นจากตำแหน่ง	remove from the position
秘密會議	การประชุมลับ	conclave
曼谷公共交通公司	องค์การขนส่งมวลชนกรุงเทพ	Bangkok Mass Transit Authority
曼谷新國際機場有限公司(大眾)	บริษัทท่าอากาศยานสากลกรุงเทพแห่งใหม่จำกัด	New Bangkok International Airport Co.,Ltd.
曼谷南區刑事法院	ศาลอาญากรุงเทพใต้	Bangkok South Criminal Court

曼谷市政辦公大樓	ศาลาว่าการกรุงเทพมหานคร	Bangkok Metropolitan Administration
貿易管理廳	กรมควบคุมการค้า	Pollution Control Department
目擊者	ผู้เห็นเหตุการณ์	eyewitness
ㄈ		
法律	กฎหมาย	law
法警	ตำรวจประจำศาล	marshal of court
法醫	ผู้เชี่ยวชาญด้านนิติเวช	medicolegal physician
法規	พระราชกำหนด	emergency decree
法政大學	มหาวิทยาลัยธรรมศาสตร์	Thammasat University
法官試務總幹事	ผู้พิพากษา	judge
法院辦公室	สำนักงานศาลยุติธรรม	Office of the Courts of Justice
法定人數	องค์ประชุม	quorum
法律施行廳總幹事	อธิบดีกรมบังคับคดี	The Director-General of the Legal Execution Department
法庭庭長	หัวหน้าผู้พิพากษา	president of law court

法官事務辦公室	สำนักงานกิจการยุติธรรม (สกธ.)	Office of Justice Affairs
法令院狀	หมายศาล	court writ
法理學者	นักกฎหมาย	jurist
法官試務總幹事	ผู้อำนวยการสำนักงานกิจการยุติธรรม	the Director-General of the Office of Justice Affairs
反洗錢辦公室	สำนักงานป้องกันและปราบปรามการฟอกเงิน (ปปง.)	Anti-Money Laundering Office
反壟斷法	กฎหมายป้องกันการผูกขาด	antitrust law
反傾銷法	กฎหมายต่อต้านกาทุ่มตลาด	anti dumping law
反叛者	กบฏ	insurgent
反洗錢委員會	คณะกรรมการป้องกันและปราบปรามการ	The Anti-Money Laundering Commission

	ฟอกเงิน	
副總理	รองนายกรัฐมนตรี	Deputy Prime Minister
副部長	รัฐมนตรีช่วยว่าการกระทรวง	assistant (government) minister
副常務秘書長	รองปลัดกระทรวง	Deputy Permanent Secretary
犯人	ผู้กระทำผิด	criminal
非書面提案	ญัตติที่ไม่ต้องเสนอเป็นหนังสือ	motion must not be submitted in writing
防暴警察	ตำรวจปราบจลาจล	riot police
反訴	ฟ้องกลับ	recrimination
婦女事務和家庭發展辦公室	สำนักงานกิจการสตรีและสถาบันครอบครัว (สค.)	Office of Women's Affairs and Family Development
	ㄉ	
東協憲章	กฎบัตรอาเซียน	ASEAN Chater
東協經濟共同體	ประชาคมเศรษฐกิจอาเซียน	ASEAN Economic Community (AEC)
東協共同體	ประชาคมอาเซียน	ASEAN Community

東協投資區	เขตการลงทุนอาเซียน	ASEAN Investment Area (AIA)
東南亞國家聯盟事務廳	กรมอาเซียน	Department of Asian Affairs
東協	สมาคมประชาชติแห่งเอเชียตะวันออกเฉียงใต้ (อาเซียน)	The Association of Southeast Asian Nations (ASEAN)
東協自由貿易區	เขตการค้าเสรีอาเซียน	ASEAN Free Trade Area (AFTA)
東方大學	มหาวิทยาลัยบูรพา	Burapha University
地方電力局	การไฟฟ้าส่วนภูมิภาค	Provincial Electricity Authority
地方供水管理	การประปาส่วนภูมิภาค	Provincial Waterworks Authority
地質資源廳	กรมทรัพยากรธรณี	Department of Underground Resource
地下水資源廳	กรมทรัพยากรน้ำบาดาล	Department of Groundwater Resource
地方警察	ตำรวจภูธร	provincial police

地方行政廳總幹事	อธิบดีกรมการ ปกครอง	The Director-General of the Department of Provincial
地牢	ห้องขังใต้ดิน	dungeon
地理信息與太空技術發展辦公室	สำนักงานพัฒนา เทคโนโลยีอวกาศ และภูมิสารสนเทศ	Informatics and Space Technology Development Agency
地產廳	กรมที่ดิน	Department of lands
地方行政廳	กรมการปกครอง	Department of Procincial Administration
對外貿易廳	กรมการค้าระหว่าง ประเทศ	Department of Foreign Trade
對總理不信任案的普通辯論	อภิปรายทั่วไปเพื่อ ลงมติไม่ไว้วางใจ นายกรัฐมนตรี	general debate for vote of censure in the Prime Minister
對部長不信任案的普通辯論	อภิปรายทั่วไปเพื่อ ลงมติไม่ไว้วางใจ รัฐมนตรีเป็น รายบุคคล	general debate for vote of censure in the minister
對外貿易談判廳/國際貿易談判廳	กรมเจรจาการค้า ระหว่างประเทศ	Department of Trade Negotiations

道德敗壞行為	มีพฤติการณ์ที่เป็นการเสื่อมเสีย	be under circumstance of immoral activities
道德規範	ประมวลจริยธรรม	codes of ethics
導彈	ขีปนาวุธ	missile
電話局	ที่ทำการโทรศัพท์	telephone station
電網	ตาข่ายลวดไฟฟ้า	electric fence
CAT 電信公共有限公司	บริษัทกสท โทรคมนาคมจำกัด (มหาชน)	CAT Telecom Public Co.,Ltd.
黨魁	หัวหน้าพรรค	party leader
黨主席	ประธานพรรค	party chairman
大使	เอกอัครราชทูต	ambassador
大眾機構	องค์การมหาชน	public organization
大多數票制	ระบบเลือกตั้งเสียงข้างมาก	Majority System
大校	พันเอกพิเศษ	senior colonel
瀆職罪	กระทำความผิดต่อตำแหน่งหน้าที่ราชการ	commit a malfeasance in office

獨立政府機構	หน่วยราชการ อิสระ	Independent Agencies
獨裁	เผด็จการ	authoritarian
店警棍	กระบองไฟฟ้า	electric stick
定時炸彈	ระเบิดเวลา	time-bomb
逮捕證	หมายจับ	arrest warrant
代理主席	ประธานชั่วคราว	acting chairman
等候審查	รอการพิจารณา	pending
ㄊ		
泰國鐵道局	การรถไฟแห่ง ประเทศไทย	State Railway of Thailand
泰國捷運運輸局	การรถไฟฟ้าขนส่ง มวลชนแห่ง ประเทศไทย (รฟ ม.)	Mass Rapid Transit Authority of Thailand
泰國國家石油管理局	การปิโตรเลียมแห่ง ประเทศไทย	Petroleum Authority of Thailand
泰國旅遊局	การท่องเที่ยวแห่ง ประเทศไทย	Tourism Authority of Thailand

泰國港務局	การท่าเรือแห่งประเทศไทย	Port Authority of Thailand
泰國高速公路和高速運輸局	การทางพิเศษแห่งประเทศไทย	Expressway Authority of Thailand
泰國工業區管理局	การนิคมอุตสาหกรรมแห่งประเทศไทย	Industrial Estate Authority of Thailand
泰國體育局	การกีฬาแห่งประเทศไทย	Sports Authority of Thailand
泰國發電管理局	การไฟฟ้าฝ่ายผลิตแห่งประเทศไทย	Electricity Generating Authority of Thailand
泰國國家銀行	ธนาคารแห่งประเทศไทย	The Bank of Thailand
泰京銀行有限公司(大眾)	ธนาคารกรุงไทย จำกัด　(มหาชน)	
泰國律師委員會主席	นายกสภาทนายความแห่งประเทศไทย	the President of the Lawyers' Council of Thailand
泰國電信局	การสื่อสารแห่งปร	Communications Authority of Thailand

	ะเทศไทย (กสท.)	
泰醫與其他替代醫式發展局	กรมพัฒนาการแพทย์แผนไทยและการแพทย์ทางเลือก	Development of Thai Traditional & Alternative Midicine Ministry of Public Health
泰國航空有限公司(大眾)	บริษัทการบินไทยจำกัด (มหาชน)	(proposed) bill
泰國電話組織有限公司(大眾)	บริษัททศทคอร์ปอเรชั่นจำกัด (มหาชน)	TOT Corporation Public Co.,Ltd.
泰國機場有限公司(大眾)	บริษัทท่าอากาศยานไทยจำกัด	Airports of Thailand Public Co.,Ltd.
泰國石油有限公司(大眾)	บริษัทปตท. จำกัด (มหาชน)	PTT Public Co.,Ltd.
泰國郵政有限公司	บริษัทไปรษณีย์ไทยจำกัด	Thailand Post Co.,Ltd.
泰國航空無線電有限公司	บริษัทวิทยุการบินแห่งประเทศไทยจำกัด	Aeronautical Radio of Thailand

泰國西北大學	มหาวิทยาลัยพายัพ	Payap University
泰國皇家理工大學	มหาวิทยาลัยเทคโนโลยีราชมงคล	Rajamangala University of Technology
泰國科學和技術研究所	สถาบันวิจัยวิทยาศาสตร์และเทคโนโลยีแห่งประเทศไทย	Thailand Institute Scientific and Technological Research
泰國大眾媒介機構	องค์การสื่อสารมวลชนแห่งประเทศไทย	Mass Communication Organization of Thailand
泰國律師委員會	สภาทนายความแห่งประเทศไทย	The Lawyers' Council of Thailand
泰國全國電信為員會辦公室	สำนักงานคณะกรรมการกิจการโทรคมนาคมแห่งชาติ (กทช.)	Office of the National Telecommunication Commission of Thailand

泰國紅十字會	สภากาชาดไทย	The Thai Red Cross Society
泰國乳品業促進組織	องค์การส่งเสริมกิจการโคนมแห่งประเทศไทย	Daily Farming Promotion Organization of Thailand
泰國貨物包裹運輸機構	องค์การรับส่งสินค้าและพัสดุภัณฑ์	The Express Transportation Organization of Thailand
泰國創意設計中心	ศูนย์สร้างสรรค์งานออกแบบ	Thailand Creative & Design Center
泰王國駐外大使館	สถานเอกอัครราชทูตไทย	Royal Thai Embassy
泰國國家科學博物館	องค์การพิพิธภัณฑ์วิทยาศาสตร์แห่งชาติ	National Science Museum
泰國科學鑒証機構	สถาบันนิติวิทยาศาสตร์	Central Institute of Forensic Science Thailand
泰國國家佛教辦公室	สำนักงานพระพุทธศาสนา	Office of Nation Buddhism

	แห่งชาติ	
泰國皇家學術院	ราชบัณฑิตยสถาน	The Royal Institute
泰國商會大學	มหาวิทยาลัยหอการค้าไทย	The University of Thai Chamber of Commerce
泰國科學鑒証總幹事	ผู้อำนวยการสถาบันนิติวิทยาศาสตร์	the Director-General of the Central Institute of Forensic Science
替代能源開發和能源保護廳	กรมพัฒนาพลังงานทดแทนและอนุรักษ์พลังงาน	Department of Alternative Energy Development and Efficiemcy
體育廳	กรมพลศึกษา	Department of Physical Education
土地開發廳	กรมพัฒนาที่ดิน	
會議程序/議程	กรมสอบสวนคดีพิเศษ	Department of Special Investigation
條約與法律司(條法司)	กรมสนธิสัญญาและกฎหมาย	adjourn the sitting
投票	การลงคะแนนเสียง	vote
塔信大學	มหาวิทยาลัย	Thaksin University

	ทักษิณ	
特別會議	สมัยประชุม วิสามัญ	extraordinary session
特別案件調查廳總幹事	อธิบดีกรมสอบสวนคดีพิเศษ	The Director-General of the Department of Special Investigation
特攻隊	หน่วยปฏิบัติการพิเศษ	armed spies
特種部隊	หน่วยรบพิเศษ	special forces
特權	เอกสิทธิ์	privilege
特命全權大使	เอกอัครราชทูตวิสามัญผู้มีอำนาจเต็ม	ambassador extraordinary and plenipotentiary
投票	ออกเสียงลงคะแนน	vote
討論	อภิปราย	debate
藤莖和糖委員會辦公室	สำนักงานคณะกรรมการอ้อยและน้ำตาลทราย	Office of the Cane and Sugar Board
通訊衛星	ดาวเทียมสื่อสาร	communications satellite

	ทางไกล	
統一	เอกภาพ	unity
統治者	ผู้ปกครอง	ruler
突擊隊	หน่วยจู่โจม	commando
退還	ส่งคืน	return
吞武里區刑事法院	ศาลอาญาธนบุรี	Thonburi Criminal Court
吞武里區民事法院	ศาลแพ่งธนบุรี	Thonburi Civil Court
通訊社	สำนักข่าว	news agency
體育和休閒發展辦公室	สำนักงานพัฒนาการกีฬาและนันทนาการ	Office of Sports and Recreation Development
提出修正案	เสนอคำแปรญัตติ	propose an amendment
探監室	ห้องเยี่ยมผู้ต้องขัง	room for visiting a prisoner
投資促進委員會辦公室	สำนักงานคณะกรรมการส่งเสริมการลงทุน	The Board of Investment of Thailand
投票	ลงคะแนนเสียง	to vote
銅管樂隊	วงโยธวาทิต	brass band
條例草案	ร่าง	(proposed) bill

	พระราชบัญญัติ	
條例	พระราชบัญญัติ	Act
貪汙舞弊	ทุจริต	corruption
鐵道兵	ทหารรถไพ	railway corps
圖書管理員	บรรณารักษ์	librarian
坦克	รถถัง	tank
坦克兵	พลรถถัง	tankman
ろ		
農村公路廳	กรมทางหลวง ชนบท	Department of Rural Roads
農業學廳	กรมวิชาการ เกษตร	Department of Agriculture
農業合作部	กระทรวงเกษตร และสหกรณ์ (กษ.)	Ministry of Agriculture and Cooperatives
農田改革辦公室	สำนักงาน การปฏิฐปที่ดินเพื่อ เกษตรกรรม (ส.ป.ก.)	Agricultural Land Reform Office
農業促進廳	กรมส่งเสริม	Department of Agricultural Extension

	การเกษตร	
農業及農業合作社銀行	ธนาคารเพื่อการเกษตรและสหกรณ์การเกษตร (ธ.ก.ส.)	Bank for Agricultural Cooperatives
農民市場營銷組織	องค์การตลาดเพื่อเกษตราร	The Marketing Organization for Farmers
農業與合作社部常務次長辦公室	สำนักงานปลัดกระทรวงเกษตรและสหกรณ์	Office of the Permanent Secretary fo Agriculture and Cooperatives
農業大學	มหาวิทยาลัยเกษตรศาสตร์	Kasetsart University
內政部常務次長辦公室	สำนักงานปลัดกระทรวงมหาดไทย	Office of the Permanent Secretary of Ministry of Interior
內閣秘書處	สำนักเลขาธิการคณะรัฐมนตรี	The Secretariat of the Cabinet
內務部/內政部	กระทรวงมหาดไทย (มท.)	Ministry of Interior

內閣/國務院	คณะรัฐมนตรี	cabinet
能源部	กระทรวงพลังงาน (พน.)	Ministry of Energy
能源政策及規劃辦公室	สำนักงานนโยบายและแผนพลังงาน	Energy Policy and Planning Office
能源商業廳	กรมธุรกิจพลังงาน	Department of Energy Business
能源部常務次長辦公室	สำนักงานปลัดกระทรวงพลังงาน	Office of the Permanent Secretary of Ministry of Energy
納入會議程序	บรรจุเข้าระเบียบวาระการประชุม	place on the agenda
納瑞宣大學	มหาวิทยาลัยนเรศวร	Naresuan University
內戰	สงครามกลางเมือง	civil war
ㄌ		
聯合國憲章	กฎบัตรสหประชาชาติ	The Charter of the United Nations
聯合國	องค์การสหประชาชาติ	The United Nations (UN)

聯合委員會委員	กรรมาธิการ ร่วมกัน	member of the joint committee
聯合國人口活動基金會	กองทุนเพื่อ กิจกรรมประชากร แห่งสหประชาชาติ	UN Fund for Population Activities (UNFPA)
聯合國管制麻醉品濫用基金	กองทุนเพื่อควบคุม การใช้ยาในทางที่ ผิดแห่ง สหประชาชาติ	UN Fund for Drug Abuse Control (UNFDAC)
聯合國開發計畫署	โครงการพัฒนา แห่งสหประชาชาติ	UN Develpoment Programme (UNDP)
聯合國環境規劃署	โครงการ สิ่งแวดล้อม สหประชาชาติ	UN Environment Programme (UNEP)
聯合國難民事務高級專員公署	สำนักงานข้าหลวง ใหญ่เพื่อผู้ลี้ภัย แห่งสหประชาชาติ	UN High Commissioner for Refugees (UNHCR)
聯合國糧倉農業組織	องค์การอาหาร และเกษตรแห่ง	Food and Agriculture Organization (FAO)

	สหประชาชาติ	
聯合國秘書處	สำนักงานเลขาธิการแห่งสหประชาชาติ	Secretariat
聯合國教科文組織	องค์การศึกษาวิทยาศาสตร์และวัฒนธรรมแห่งสหประชาชาติ	United Nation Education Scientific and Cultural Organization (UNESCO)
聯合國安全理事會	คณะมนตรีความมั่นคง	Security Council
聯合國經濟社會理事會	คณะมนตรีเศรษฐกิจและสังคม	Economic and Social Council
聯合國大會	สมัชชา	General Assembly
聯合國訓練研究所	สถาบันเพื่อการฝึกอบรมและการวิจัยแห่งสหประชาชาติ	UN Institute for Training and and Research (UNITAR)
聯合國善後救濟總署	สำนักงานบรรเทา	UN Relief and Rehabilitation

	ทุกข์และการฟื้นฟู แห่งสหประชาชาติ	Administration
聯合國國際法 院	ศาลยุติธรรม ระหว่างประเทศ (ศาลโลก)	International Court of Justice
聯合國貿發會 議	ที่ประชุม สหประชาชาติ เรื่องการค้าและ การพัฒนา	UN Conference on Trade and Development (UNCTAD)
聯合委員會	คณะกรรมธิการ ร่วมกัน	joint committee
聯合政府	รัฐบาลผสม	coalition government
連合	กองร้อย	company
勞動法	กฎหมายแรงงาน	labour law
勞工保護與福 利廳	กรมสวัสดิการและ คุ้มครองแรงงาน	Department of labour protection and welfare
勞工部	กระทรวงแรงงาน (รง.)	Ministry of Labour
勞工部常務次 長辦公室	สำนักงาน	Office of the Permanent Secretary of Ministry of

	ปลัดกระทรวง แรงงาน	Labour
勞動廳	กรมแรงงาน	Department of Labour
勞工法庭	ศาลแรงงาน	labour court
陸軍科學廳	กรมวิทยาศาสตร์ท ทารบก	Department of Army Science
陸軍測繪廳	กรมแผนที่ ทหารบก	Ordnance Survey Department
陸軍士兵	ทหารบก	army officer
列兵	พลทหาร	common soldier
律師	ทนายความ	lawyer
律師協會秘書長	เลขาธิการเนติ บัณฑิตยสภา	the Secretary-General of the Thai Bar
陸運廳	กรมการขนส่งทาง บก	Department of Land Transport
立法委員會辦公室	สำนักงาน คณะกรรมการ กฤษฎีกา	Office of the Council of State
立法例會	สมัยประชุมสามัญ	legislative ordinary session

	นิติบัญญัติ	
領袖	ผู้นำ	leader
領事司	กรมการกงสุล	Department of Consular ffairs
旅遊業發展辦公室	สำนักงานพัฒนาการท่องเที่ยว	Office of Tourism Development
旅遊業和體育部常務次長辦公室	สำนักงานปลัดกระทรวงการท่องเที่ยวและกีฬา	Office of the Permanent Secretary of Ministry of Tourism and Sports
林業廳	กรมป่าไม้	Department of Forestry
禮賓廳	กรมพิธีการทูต	Department of Protocal
遴選委員會	คณะกรรมการสรรหา	Selective Committee
連續三讀討論	พิจารณารวดเดียวสามวาระ	consider in three consecutive readings
糧食與藥物管理辦公室/食品醫藥管理辦公室	สำนักงานคณะกรรมการอาหารและยา	Food and Drug Administration
雷達	เรดาร์	radar

冷戰	สงครามเย็น	cold war
拉票	หาเสียง	solicit votes
牢房/禁閉室	ห้องขัง	prison cell dungeon watchtower
兩院體制	ระบบสภาคู่	bicameral system
臨時主席	ประธานเฉพาะคราว	President Pro Tempore
藍康恒大學	มหาวิทยาลัยรามคำแหง	Ramkhamhaeng University
諒解備忘錄	บันทึกความเข้าใจ	Memorandum Of Understand (MOU)
	ก	
國家財政稽查委員會委員	กรรมการตรวจเงินแผ่นดิน	Auditor General
國家肅貪委員會委員	กรรมการป้องกันและปราบปรามการทุจริตแห่งชาติ	National Anti-Corruption Commission
國家公園,野生動植物和植物保護廳	กรมอุทยานแห่งชาติสัตว์ป่าและพันธุ์พืช	Department of National Parks, Wildlife and Plant Conservation
國防部總參謀廳	กรมเสนาธิการ	Department of Defense General

	กลาโหม	
國際機構司	กรมองค์การ ระหว่างประเทศ	Department of International Organizations
國貿稅廳	กรมสรรพสามิต	Excise Department
國王警衛廳	กรมราชองครักษ์	Royal Aide-De-Camp Department
國防工業廳	กรมการ อุตสาหกรรมทหาร	Defence Industrial Department
國防部財政廳	กรมการเงิน กลาโหม	Defence Finance Department
國內貿易廳	กรมการค้าภายใน	Department ofDomestic Trade
國際公法	กฎหมายระหว่าง ประเทศ	international law
國家法	กฎหมายบ้านเมือง	the laws
國家能源廳	กรมพลังงาน แห่งชาติ	Department of Energy Resources
國際貨幣基金組織	กองทุนการเงิน ระหว่างประเทศ	International Monetary Fund (IMF)
國民警衛隊	กองกำลังรักษา ดินแดน	National guard

國際農業發展基金會	กองทุนระหว่างประเทศเพื่อการพัฒนาเกษตรกรรม	International Fund for Agricultural Development (IFAD)
國家住房局	การเคหะแห่งชาติ	National Housing Authority
國會聯席會議	การประชุมร่วมกันของรัฐสภา	joint sitting of the National Assembly
國會公開會議	การประชุมสภาโดยเปิดเผย	public sitting
國家電信委員會	คณะกรรมการกิจการโทรคมนาคมแห่งชาติ (กทช.)	National Telecommunications Commission OF Thailand
國際禁毒委員會	คณะกรรมการควบคุมยาเสพติดระหว่างประเทศ	International Narcotics Control Board (INCB)
國家財政稽查委員會委員	คณะกรรมการตรวจเงินแผ่นดิน (ค.ต.ง.)	State Audit Commission
國家肅貪委員會委員	คณะกรรมการ	The National Anti-Corruption

	ป้องกันและปราบปรามการทุจริตแห่งชาติ (ป.ป.ช.)	Commission
國防部	กระทรวงกลาโหม (กห.)	Ministry of Defence
國家電視與廣播電台委員會	คณะกรรมการกิจการกระจายเสียงและกิจการโทรทัศน์แห่งชาติ (กสช.)	The National Broadcasting and Telecommunications Commission
國家經濟與社會發展委員會	คณะกรรมการพัฒนาการเศรษฐกิจและสังคมแห่งชาติ (สภาพัฒน์)	The National Economic and Social Development Board
國家人權委員會	คณะกรรมการสิทธิมนุษยชนแห่งชาติ	National Human Rights Commission
國會聯合委員會	คณะกรรมธิการ	joint committee if the National Assembly

	ร่วมกันของรัฐสภา	
國會的議事規定	ข้อบังคับการ ประชุมรัฐสภา	rules of procedure of the National Assembly
國家財政稽查委員會主席	ประธานกรรมการ ตรวจเงินแผ่นดิน	Chairman of the State Audit Commission
國家肅貪委員會主席	ประธานกรรมการ ป้องกันและ ปราบปรามการ ทุจริตแห่งชาติ	President of the National Counter Corruption
國家人權委員會主席	ประธานกรรมการ สิทธิมนุษยชน แห่งชาติ	Chairperson of the National Human Rights Commission
國會會議主席	ประธานของที่ ประชุมสภา	Presiding Officer of the sitting
國營企業政策委員會辦公室	สำนักงาน คณะกรรมการนโย บายรัฐวิสาหกิจ (สคร.)	State Enterprise Policy Office
國會主席	ประธานรัฐสภา	President of the National Assembly

國會全體委員會主席	ประธานคณะกรรมาธิการเต็มสภา	Chairman of the committee of the whole House
國家反貪污委員會辦公室(反貪委)	สำนักงานคณะกรรมการป้องกันและปราบปรามการทุจริตแห่งชาติ	Office of the National Anti-Corruption Commission
國家經濟與社會發展委員會辦公室	สำนักงานคณะกรรมการพัฒนาการเศรษฐกิจและสังคมแห่งชาติ (สศช.)	Office of the National Economic and Social Development Board
國家行政管理的控制權	อำนาจควบคุมการบริหารราชการแผ่นดิน	public administration control
國際樓供組織	องค์การแรงงานระหว่างประเทศ	International Labour Organization (ILO)

國王資助的退伍軍人救濟機構	องค์การสงเคราะห์ทหารผ่านศึกในพระบรมราชูปถัมภ์	The war Veterans Organization of Thailand Under the Royal Patronage of H.M. The King
國王資助的動物園機構	องค์การสวนสัตว์ในพระบรมราชูปถัมภ์	The Zoological Park Organization Under the Royal Patronage of H.M. The King
國際商會	หอการค้านานาชาติ	Iternational Chamber of Commerce (ICC)
國家預算	งบประมาณรายจ่ายของแผ่นดิน	the expenditure estimates of the State
國會會議開始	เปิดการประชุมสภา	open the sitting
國際原子能機構	ทบวงการพลังงานปรมาณูระหว่างประเทศ	International Atomic Energy Agency (IAEA)
國王御賜簽署	ทรงลงพระปรมาภิไธย	affix the royal signature
國王資助的律師協會	เนติบัณฑิตยสภา	The Thai Bar under the Royal Patronage

275

	ในพระบรม ราชูปถัมภ์	
國際金融公司	บรรษัทการเงิน ระหว่างประเทศ	International Finance Corporation (IFC)
國王御令	พระบรมราช โองการ	Royal Command
國王	พระมหากษัตริย์	King
國防部常務次 長辦公室	สำนักงาน ปลัดกระทรวง กลาโหม	Office of the Permanent Secretary for Defence
國家人權委員 會辦公室	สำนักงาน คณะกรรมการสิทธิ มนุษยชนแห่งชาติ	Office of the National Human Rights Commission of Thailand
國家委員會辦 公室	สำนักงาน คณะกรรมการ วัฒนธรรม แห่งชาติ	Department of Cultural Promotion
國家研究委員 會辦公室	สำนักงาน คณะกรรมการวิจัย	Office of the National Research Council of Thailand

	แห่งชาติ	
國家審計長	ผู้ว่าการตรวจเงิน แผ่นดิน	Auditor-General
國力發展管理 學院	สถาบันบัณฑิตพัฒ นบริหารศาสตร์	National Institute of Development Administration
國營企業	รัฐวิสาหกิจ	state enterprise / public enterprise
國會/議會	รัฐสภา	congress
國務院事務部 (總理辦公室)	สำนัก นายกรัฐมนตรี	Prime Minister's Office
國家統計辦公 室	สำนักงานสถิติ แห่งชาติ	National Statistical Office of Thailand
國家安全委員 會辦公室	สำนักงานสภา ความมั่นคง แห่งชาติ	National Security Council
國家經濟社會 諮詢委員會	สำนักงานสภาที่ ปรึกษาเศรษฐกิจ และสังคมแห่งชาติ	National Economic and Social Adisory Council
國家農業產品 和食物標準辦 公室	สำนักงาน มาตรฐานสินค้า	National Bureau of Agricultural Commodity and food Standards

	เกษตรและอาหารแห่งชาติ	
國家教育標準認證和質量評估辦公室	สำนักงานรับรองมาตรฐานและประเมินคุณภาพการศึกษา	The Office for National Education Standards and Quality Assessment
國家鄉村和城市小區基金辦公室	สำนักงานกองทุนหมู่บ้านและชุมชนเมืองแห่งชาติ	National Village and Urban Community Fund Office
國家審計辦公室	สำนักงานการตรวจเงินแผ่นดิน	Office of the Auditor General of Thailand
國家情報局	สำนักข่าวกรองแห่งชาติ	National intelligence agency
國際電信聯盟	สหภาพโทรคมนาคมระหว่างประเทศ	International Telecommunication Union (ITU)
國際開發協會	สมาคมพัฒนาการระหว่างประเทศ	International Development Association (IDA)
國會會議報告	รายงานการ	minutes of the sitting

	ประชุมสภา	
國會會議規定草案	ร่างข้อบังคับการประชุมรัฐสภา	draft rules of procedure of the National Assembly
國際民航組織	องค์การการบินพลเรือนระหว่างประเทศ	International Civil Aviation Organization (ICAO)
國際海運組織	องค์การกิจการทางทะเลระหว่างประเทศ	International Martime Organization (IMO)
國際特赦組織	องค์การนิรโทษกรรมสากล	Amnesty International
國家肅貪委員會秘書長	เลขาธิการคณะกรรมการป้องกันและปราบปรามการทุจริตแห่งชาติ	Secretary-General of National Anti-Corruption Commission
國家警察總署	สำนักงานผู้บัญชาการตำรวจแห่งชาติ	Office Attached to the Commissioner General

國會副主席	รองประธานรัฐสภา	Vice-President of the National Assembly
國會主席秘書	เลขานุการประธานรัฐสภา	Secretary to the President of the National Assembly
國家科技發展辦公室	สำนักงานพัฒนาวิทยาศาสตร์และเทคโนโลยีแห่งชาติ	National Science and Technology Development Agency
公務員	ข้าราชการ	civil servant
公路廳	กรมทางหลวง	Department of Highways
公共災難預防與救助廳	กรมป้องกันและบรรเทาสาธารณภัย	Department of Disaster Prevention and Mitigation
公法	กฎหมายมหาชน	public law
公司法	กฎหมายว่าด้วยการจัดตั้งและดำเนินกิจการบริษัท	company law
公共行政	การบริหารราชการแผ่นดิน	public administration

公安警察	ตำรวจสันติบาล	police of public security
公認誠實	ซื่อสัตย์สุจริตเป็นที่ประจักษ์	apparent integrity
公民選舉的義務	หน้าที่ไปเลือกตั้ง	obligation of Citizens for election
公債,國債	หนี้สาธารณะ	public debt
公共政策	นโยบายสาธารณะ	public policy
公布秘密會議內容	เปิดเผยรายงานการประชุมลับ	disclose the minutes of the closed meeting
公共小區發展協會	สถาบันพัฒนาองค์กรชุมชน	Community Organizations Development Institute
公共行政	รัฐประศาสนศาสตร์	Public Administration
公路警察	ตำรวจทางหลวง	highway police
公布政策	แถลงนโยบาย	publicize policy
公共開支	รายจ่ายสาธารณะ	Public Expenditure
公訴人	อัยการสูงสุด	prosecutor
公共倉儲機構	องค์การคลังสินค้า	Public Warehouse Organization
公共債務管理辦公室	สำนักงานบริหารหนี้สาธารณะ	Public Debt Management Office

公立大學	มหาวิทยาลัย รัฐบาล	public University
工作制服	เครื่องแบบ พนักงาน	working uniform
工程兵	ทหารช่าง	army enginner
工廠管理廳	กรมโรงงาน อุตสาหกรรม	Department of Industrial Works
工程兵團	กรมทหารช่าง	Engineer Regiment
工業部	กระทรวง อุตสาหกรรม (อก.)	Ministry of Industry
工業經濟辦公室	สำนักงาน เศรษฐกิจ อุตสาหกรรม	Office of Industrial Economics
工業產品標準辦公室	สำนักงาน มาตรฐาน ผลิตภัณฑ์อุตสาห กรรม	Thai Industrial Standards Institute
工業和軍事能源中心	ศูนย์การ อุตสาหกรรม	Defence Industry and energy center

	ป้องกันประเทศและพลังงานททาร	
工業部常務次長辦公室	สำนักงานปลัดกระทรวงอุตสาหกรรม	Office of the Permanent Secretary of Ministry of Industry
故意利用職權違反憲法和法律規定	จงใจใช้อำนาจหน้าที่ขัดต่อบทบัญญัติแห่งรัฐธรรมนูญหรือกฎหมาย	intentionally exercise power contrary to the provisions of the Constitution or law
故意違反憲法和法律規定	จงใจฝ่าฝืนบทบัญญัติแห่งรัฐธรรมนูญหรือกฎหมาย	intentionally violate the provisions of the Constitution or law
故意不申報財產和債務	จงใจไม่ยื่นบัญชีแสดงรายการทรัพย์สินและหนี้สิน	intentionally fail to submit the account showing assets and liabilities
故意申報不實財產和債務情	จงใจยื่นบัญชี	intentionally submit the account showing assets

況	แสดงรายการทรัพย์สินและหนี้สินอันเป็นเท็จ	and liabilities with false statements
關卡	ด่านตำรวจ	checkpoint
關押	คุมขัง	put in jail
關稅與貿易總協定	ความตกลงทั่วไปว่าด้วยพิกัดอัตราภาษีศุลกากรและการค้า	General Agreement on Tariffs and Trade (GATT)
管理國事	ควบคุมการบริหารราชการแผ่นดิน	control the administration of the State affairs
管理國事主要的條例草案	ร่างพระราชบัญญัติที่จำเป็นต่อการบริหารราชการแผ่นดิน	bill being necessary for the public administration
高等教育委員會辦公室	สำนักงานคณะกรรมการการอุดมศึกษา	Office of the Higher Education Commission

	(สกอ.)	
高空作業平台車	รถยกกระเช้า	elevating platform fire truck
高被泡沫消防車	รถฉีดโฟม	high-expansion foam fire truck
崗警	ตำรวจเวร	policeman on point duty
崗樓	ป้อมสังเกตการณ์	watchtower
供認	รับสารภาพ	confess
供開地	โดยเปิดเผย	in public
革命家	นักปฏิวัติ	revolutionist
革命	ปฏิวัติ	revolution
共犯	ผู้สมรู้ร่วมคิด	accomplice
共產黨	พรรคคอมมิวนิสต์	communist party
觀光體育部	กระทรวงการท่องเที่ยวและกีฬา (กก.)	Ministry of Tourism and Sports
宮廷法規	กฎมณเฑียรบาล	palace law
港務廳	กรมเจ้าท่า	Harbor Department
雇佣兵	ทหารรับจ้าง	soldier of fortune
干涉	แทรกแซง	intervene
改革	ปฏิรูป	reform

鋼盔	หมวกนิรภัย	steel helment
關於財物的條例草案	ร่างพระราชบัญญัติเกี่ยวด้วยการเงิน	money bill
告狀	ฟ้องร้อง	impeach
ㄎ		
科學技術部常務次長辦公室	สำนักงานปลัดกระทรวงวิทยาศาสตร์และเทคโนโลยี	Office of the Permanent Secretary of Ministry of Science and Technology
科學技術部	กระทรวงวิทยาศาสตร์และเทคโนโลยี (วท.)	Ministry of Science and Technology
科學廳	กรมวิทยาศาสตร์	Department of Science
科學服務廳	กรมวิทยาศาสตร์บริการ	Department of Science Service
空軍教育廳	กรมยุทธการศึกษาทหารอากาศ	Directorate of Education and Training
空軍通訊廳	กรมสื่อสารทหาร	Department of Elementary Education

	อากาศ	
空軍士兵	ทหารอากาศ	air force man
口供	คำให้การ	affidavit
鎧甲	ชุดเกราะ	loricase
魁儡政府	รัฐบาลหุ่น	puppet government
抗議	ประท้วง	protest
開會期間	ในระหว่างสมัยประชุม	during a session
開放大學	มหาวิทยาลัยเปิด	open University
孔敬大學	มหาวิทยาลัยขอนแก่น	Khon Kaen University
抗議者	ผู้ประท้วง	protester
ㄏ		
海軍水文廳	กรมอุทกศาสตร์	Department of Hydrographic Service
海軍船塢廳	กรมอู่ทหารเรือ	Department of Naval Dockyards
海軍教育廳	กรมยุทธการศึกษาทหารเรือ	Naval Education Department
海軍軍械廳	กรมสรรพาวุธทหารเรือ	Naval Ordnance Department

海關廳	กรมศุลกากร	Department of Customs
海軍士兵	ทหารเรือ	seaman
海洋及海岸資源廳	กรมทรัพยากรทางทะเลชายฝั่ง	Department of Marine and Coastal Resource
海軍司令部	กองบัญชาการกองทัพเรือ	Royal Thai Navy Headquarters
皇家海軍	กองทัพเรือ	Royal Navy
皇家陸軍	กองทัพบก	Royal Army
皇家空軍	กองทัพอากาศ	Royal Air Force
皇家學院	สถาบันราชภัฏ	Rajabhat University
皇太后大學	มหาวิทยาลัยแม่ฟ้าหลวง	Mae Fah Luang University
皇家師範大學	มหาวิทยาลัยราชภัฏ	Rajabhat University
皇家發展項目特別委員會辦公室	สำนักงานคณะกรรมการพิเศษเพื่อประสานงานโครงการอัน	Office of the Royal Development Projects Board

	เนื่องมาจากพระราชดำริ (กปร.)	
皇家資產管理局	สำนักงานทรัพย์สินส่วนพระมหากษัตริย์	The Crown Property Bureau
皇家警察	สำนักงานตำรวจห่งชาติ	Royal Thai Police
皇家內務府	สำนักพระราชวัง	Bureau of the Royal Household
皇家秘書處	สำนักราชเลขาธิการ	Office of His Majesty's Principal Private Secretary
環境質量促進廳	กรมส่งเสริมคุณภาพสิ่งแวดล้อม	Department of Environmental Quality Promotion
會期	สมัยประชุม	session
會期開始	เปิดสมัยประชุม	open the session
會期結束	ปิดสมัยประชุม	prorogue the session
會議及展覽推廣辦公室	สำนักงานส่งเสริมการจัดประชุมและ	Tailand Convention and Exhibition Bureau

	นิทรรศการ	
會議程序/議程	ระเบียบวาระการประชุม	agenda
會議改期	เลื่อนการประชุมสภา	adjourn the sitting
(會議內的)少數票	เสียงข้างน้อย	minority vote
(會議內的)多數票	เสียงข้างมาก	majority vote
緩刑廳	กรมคุมประพฤติ	Department of Probation
候選人資格	คุณสมบัติของผู้มีสิทธิสมัครรับเลือกตั้ง	qualifications of a person having the right to be a candidate in an election
候選人	ผู้สมัครรับเลือกตั้ง	candidate
合作社促進廳	กรมส่งเสริมสหกรณ์	The Cooperative Promotion Department
合法註冊	จดทะเบียนถูกต้องตามกฎหมาย	legitimately registered
和平利用原子能辦公室	สำนักงานปรมาณูเพื่อสันติ	Office of Atoms for Peace
核潛艇	เรือดำน้ำพลัง	nuclear-power submarine

	นิวเคลียร์	
核武器	นิวเคลียร์	nuclear
火災控制	ดับเพลิง	fire control
緩刑廳總幹事	อธิบดีกรมคุมประพฤติ	The Director-General of the Department of Probation
緩刑處刑	รอลงอาญา	to suspend sentence
後備軍	กองหนุน	reserve troops
航空母艦	เรือบรรทุกเครื่องบิน	aircraft carrier
護衛艦	เรือฟรีเกต	frigate
華僑崇聖大學	มหาวิทยาลัยหัวเฉียวเฉลิมพระเกียรติ	Huachiew Chalermprakiet University
น		
交通規則	กฎจราจร	traffic regulation
交通部	กระทรวงคมนาคม (คค.)	Ministry of Transport and Communications
交通部常務次長辦公室	สำนักงานปลัดกระทรวง	Office of the Permanent Secretary of Transport and Communications

	คมนาคม	
交通警察	ตำรวจจราจร	traffic police
警察廳	กรมตำรวจ	Police Department
警察局長	อธิบดีกรมตำรวจ	Chief of police
警衛隊	กองกำลังคุ้มกัน	escorts
警棍	กระบองตำรวจ	baton
警報器	สัญญาณเตือนภัย	annunciator
警笛	นกหวีด	alarm whistle
警察	ตำรวจ	police
警察上尉	ร้อยตำรวจเอก	police Captain
警察中尉	ร้อยตำรวจโท	police lieutenant
警察少尉	ร้อยตำรวจตรี	police Sub-lieutenant
警署	โรงพัก	police bureau
警車	รถตำรวจ	police car
警察哨	ป้อมตำรวจ	police booth
軍隊	กองทัพ	troops
警察上將	พลตำรวจเอก	police general
警察中將	พลตำรวจโท	police lieutenant general
警察少將	พลตำรวจตรี	police major general

警察上校	พันตำรวจเอก	police Colonel
警察中校	พันตำรวจโท	police lieutenant Colonel
警察少校	พันตำวตรี	police major
軍醫	แพทย์เสนารักษ์	military doctor
軍艦	เรือรบ	warship
警報器	ไฟสัญญาณ	siren
警燈	ไฟสัญญาณเตือนภัย	warning lamp
警犬	สุนัขตำรวจ	police dog
軍事工程廳	กรมยุทธโยธา	Military Works Department
軍事教育廳	กรมยุทธการศึกษาทหารบก	Army Training Command
軍法廳	กรมพระธรรมนูญ	Department of Military Law
軍事能源廳	กรมการพลังงานทหาร	Defence Energy Department
軍事訓練	การฝึกทหาร	drill
軍裝	เครื่องแบบทหาร	military uniform
軍校學員	นักเรียนนายร้อย	cadet
軍用飛機	เครื่องบินรบ	warplane

軍人開發司令隊	หน่วยบัญชาการทหารพัฒนา	Armed Forces Development Command
軍樂隊	วงดุริยางค์ทหาร	military band
軍人	ทหาร	soldier
教育部	กระทรวงศึกษาธิการ (ศธ.)	Ministry of Education
教育議會秘書處	สำนักงานเลขาธิการสภาการศึกษา	Office of the Education Council
教室協會秘書處	สำนักงานเลขาธิการคุรุสภา	Secretariat office of the Teachers' Council of Thailand
教師協會貿易機構	องค์การค้าของคุรุสภา	The Techers Council Bussiness Organization
教育部常務次長辦公室	สำนักงานปลัดกระทรวงศึกษาธิการ	Office of the Permanent Secretary of Ministry of Education
解散議會	การยุบสภา	dissolution of parliament
解散議會/解散國會	ยุบสภา	dissolve the parliament
解釋事實	ชี้แจงข้อเท็จจริง	explain the fact

基金	กองทุน	fund
基礎工業和礦產廳	กรมอุตสาหกรรมพื้นฐานและการเหมืองแร่	Department of primary Industries and Mines
基礎教育委員會辦公室	สำนักงานคณะกรรมการการศึกษาขั้นพื้นฐาน (สพฐ.)	Office of the Basic Education Commission
經濟廳	กรมเศรษฐกิจ	Department of Economy
經濟貿易指標局	สำนักดัชนีเศรษฐกิจการค้า	Bureau of Trade and Economic Indices
經濟技術合作協議	ความตกลงว่าด้วยความร่วมมือทางเศรษฐกิจและวิชาการ	Agreenment on Economic and Technical Cooperation
經濟技術合作司	สำนักงานความร่วมมือเพื่อการพัฒนาระหว่างประเทศ	Thailand International Development Cooperation Agency

監票人	เจ้าหน้าที่ประจำหน่วยเลือกตั้ง	scrutineer
監察專員辦公室	สำนักงานผู้ตรวจการแผ่นดิน	Office of the Ombudsman Thailand
監禁	จำคุก	imprison
監獄	เรือนจำ	prison
堅持決議	ยืนยันมติ	confirm the resolution
緊急質詢	กระทู้ถามด่วน	urgent interprllation
緊急議案	ญัตติด่วน	urgent motion
緊急案件	เรื่องด่วน	emergency case
京都供水管理	การประปานครหลวง	Metropolitan Waterworks Authority (Thailand)
京畿警察	ตำรวจนครบาล	metropolitan police
救生衣	เสื้อชูชีพ	life vest
救生艇	เรือชูชีพ	rescue boat
戒嚴令	กฎอัยการศึก	martial law
結婚登記	จดทะเบียนสมรส	wedding registration
結束討論	ปิดอภิปราย	close the debate
疾病控制廳	กรมควบคุมโรค	Department of Managed Trade

就業廳	กรมการจัดหางาน	Department of Employment
健康服務促進廳	กรมสนับสนุนบริการสุขภาพ	Department of Health Service Support
精神健康廳	กรมสุขภาพจิต	Department of Mental Health
檢察廳	กรมอัยการ	Department of Vocational Education
技能發展	การพัฒนาฝีมือแรงงาน	skill develpoment
肩章	เครื่องหมายแสดงยศ	epaulet
紀錄投票表決情況	จัดให้มีการบันทึกการออกเสียงลงคะแนน	cause the voting to be reported
競選運動	นโยบายหาเสียง	election campaign
羈押	ฝากขัง	put in jail
機群	ฝูงบิน	air squadron
急救衛士兵	ทหารเสนารักษ์	medic
狙擊兵	ทหารแม่นปืน	sniper
決定票	เสียงชี้ขาด	casting vote
捲菸廠	โรงงานยาสูบ	cigarettes factory

酒機構(國稅廳)	องค์การสุรากรมสรรพสามิต	Liquor Distillery Organization Excise Department
敬禮	วันทยาหัตถ์	salute
降落傘	ร่มชูชีพ	parachute
	ㄑ	
權利	อำนาจ	power
權利與自由保護廳	กรมคุ้มครองสิทธิและเสรีภาพ	Rights and Liberties Protection Department
權利與責任/職權	อำนาจหน้าที่	authority
權利與自由保護廳總幹事	อธิบดีกรมคุ้มครองสิทธิและเสรีภาพ	The Director-General of the Department of Rights and Liberties Protection
全體委員會委員	กรรมาธิการเต็มสภา	member of the committee of the whole House
全體委員會	คณะกรรมธิการเต็มสภา	committee of the whole House
青少年觀察和保護廳	กรมพินิจและคุ้มครองเด็กและเยาวชน	Department of Juvenile Observation and Protection
青少年觀察和保祿廳總幹事	อธิบดีกรมพินิจและ	The Director-General of the Department of Juvenile

	คุ้มครองเด็กและเยาวชน	Protection and Observation
簽署奉諭	ลงนามรับสนองพระบรมราชโองการ	ocuntersign the Royal Command
簽署奉諭者	ผู้ลงนามรับสนองพระบรมราชโองการ	person who countersigns the Royal Command
騎警	ตำรวจม้า	mounted police
騎兵	ทหารม้า	cavalryman
驅逐出境	การเนรเทศ	deportation
驅逐艦	เรือพิฆาต	destroyer
氣象廳	กรมอุตุนิยมวิทยา	Meteorological Department
缺席會議	ขาดประชุมสภา	absent from sitting
囚衣	เครื่องแบบนักโทษ	prison garb
棄權	งดออกเสียง	vote abstention
取消會議	งดการประชุมสภา	cancel the sitting
強制實行	ใช้บังคับ	apply to
囚犯的家屬	ญาติผู้ต้องขัง	(family) dependent

潛艇	เรือดำน้ำ	submarine
企業	วิสาหกิจ	enterprise
囚犯/犯人	นักโทษ	prisoner
權利	สิทธิ	right
強力噴射消防車	รถฉีดน้ำแรงสูง	water tower fire truck
清邁大學	มหาวิทยาลัยเชียงใหม่	Chiang Mai University
T		
憲法附加法	พระราชบัญญัติประกอบรัฐธรรมนูญ	organic law
憲法之國家財政稽查附加法	พระราชบัญญัติประกอบรัฐธรรมนูญว่าด้วยการตรวจเงินแผ่นดิน	organic law on the State audit
憲法之預防與肅貪附加法	พระราชบัญญัติประกอบรัฐธรรมนูญว่าด้วย	organic law on counter corruption

	การป้องกันและปราบปรามการ	
憲法之上議員與下議員選舉附加法	พระราชบัญญัติประกอบรัฐธรรมนูญว่าด้วยการเลือกตั้งสมาชิกสภาผู้แทนราษฎรและสมาชิกวุฒิสภา	organic law on the election of members of the House of Representatives and senators
憲法關於公民投票的附加法	พระราชบัญญัติประกอบรัฐธรรมนูญว่าด้วยการออกเสียงประชามติ	organic law on referendum
憲法關於選舉委員會的附加法	พระราชบัญญัติประกอบรัฐธรรมนูญว่าด้วยคณะกรรมการการเลือกตั้ง	organic law on the Election Commission

憲法關於議會監察官的附加法	พระราชบัญญัติประกอบรัฐธรรมนูญว่าด้วยผู้ตรวจการแผ่นดินของรัฐสภา	organic law on Ombudsmen
憲法關於政黨的附加法	พระราชบัญญัติประกอบรัฐธรรมนูญว่าด้วยพรรคการเมือง	organic law on political parties
憲法關於政治職務犯罪的附加法	พระราชบัญญัติประกอบรัฐธรรมนูญว่าด้วยวิธีพิจารณาคดีอาญาของผู้ดำรงตำแหน่งทางการเมือง	organic law on criminal procedure for persons holding political positions
消費者權益保護法	กฎหมายคุ้มครองผู้บริโภค	consumer protection law
憲法	รัฐธรรมนูญ	constitution

憲法法庭	ศาลรัฐธรรมนูญ	Constitutional Court
憲法法院院長	ประธานศาล รัฐธรรมนูญ	President of the Constitutional Court
憲法附加條例	พระราชบัญญัติ ประกอบ รัฐธรรมนูญ	organic law
憲法法院辦公室秘書長	เลขาธิการ สำนักงานศาล รัฐธรรมนูญ	Secretary-General of the Constitutional Court
憲法增訂草案	ร่างรัฐธรรมนูญ แก้ไขเพิ่มเติม	draft Constitution Amendment
下議院議員/下議員	สมาชิกสภาผู้แทน ราษฎร	Member of the House of Representative
下議院分區議員候選人	สมาชิกสภาผู้แทน ราษฎรแบบแบ่ง เขตเลือกตั้ง	constituency representative
下議院議員候選人	สมาชิกสภาผู้แทน ราษฎรแบบบัญชี รายชื่อ	party-list representative

下議院主席秘書	เลขานุการ ประธานสภา ผู้แทนราษฎร	President of the House of Representatives
下議院反對黨領袖秘書	เลจานุการผู้นำ ฝ่ายค้านในสภา ผู้แทนราษฎร	Secretary to the opposition leader in the House of Representatives
下議院秘書長	เลขาธิการสภา ผู้แทนราษฎร	Secretariat Of The House of Representatives
下議員會議	การประชุมสภา ผู้แทนราษฎร	sitting of the House Representatives
下議院的議事規定	ข้อบังคับการ ประชุมสภา ผู้แทนราษฎร	rules of procedure of the House of Representatives
下議院會議規定草案	ร่างข้อบังคับการ ประชุมสภา ผู้แทนราษฎร	draft rules of procedure of the House of Representatives
下議院任期	อายุของสภา ผู้แทนราษฎร	The House of Commons term
下議院副主席	รองประธานสภา	Vice-President of the House of Representatives

	ผู้แทนราษฎร	
下議院	สภาผู้แทนราษฎร	house of representatives
下議院反對黨領袖	ผู้นำฝ่ายค้านในสภาผู้แทนราษฎร	Leader of the Oppostition
下議院議長	ประธานสภาผู้แทนราษฎร	President of the House of Representatives
下士	สิบโท	corporal
刑法	กฎหมายอาญา	criminal law
刑事案件	คดีอาญา	criminal case
刑務廳總幹事	อธิบดีกรมราชทัณฑ์	The Director-General of the Department of Correctionas
刑事法院	ศาลอาญา	Criminal Court
刑務廳	กรมราชทัณฑ์	Penitentiary Department
修訂會議規定	แก้ไขเพิ่มเติมข้อบังคับการประชุม	amend the rules of procedure
修訂《聯合國憲章》	การแก้ไขกฎบัตรสหประชาชาติ	Amendment to the Charter of the United Nations
修治議案	แปรญัตติ	amend the motion

修訂憲法	แก้ไขเพิ่มเติม รัฐธรรมนูญ	amend the Constitution
選舉區	เขตเลือกตั้ง	constituency
選舉委員會	คณะกรรมการการ เลือกตั้ง (กกต.)	Election Commission
選票	คะแนนเสียง	vote
選舉法	กฎหมายเลือกตั้ง	electoral law
選民名單	รายชื่อผู้มีสิทธิ เลือกตั้ง	voter list
選舉投票站	หน่วยเลือกตั้ง	polling station
選票	บัตรเลือกตั้ง	vote
選舉權	สิทธิเลือกตั้ง	suffrage
選舉委員會辦 公室	สำนักงาน คณะกรรมการการ เลือกตั้ง	Office of the Election Commission of Thailand
選舉	เลือกตั้ง	election
選舉委員會秘 書長	เลขาธิการ คณะกรรมการการ เลือกตั้ง	Secretary-General of Election Commission

選舉委員會主席	ประธานกรรมการ การเลือกตั้ง	Chairman of the Election Commission
選民	ผู้มีสิทธิเลือกตั้ง	voter
行政法院司法委員會	คณะกรรมการตุลาการศาลปกครอง (ก.ศ.ป.)	the judicial Commission of the Administrative Courts
行政院辦公室秘書長	เลขาธิการ สำนักงานศาล ปกครอง	Secretary-General of the Administrative Courts
行政法院辦公室	สำนักงานศาล ปกครอง	The Administrative Court
行政法院	ศาลปกครอง	The Administrative Court
小組委員會	คณะอนุ กรรมาธิการ	sub-committee
小區發展廳	กรมการพัฒนา ชุมชน	Community Development Department
小組委員會	อนุกรรมาธิการ	sub-committee
小區選舉站	หน่วยเลือกตั้งย่อย	subdistrict polling station
消防站	สถานีดับเพลิง	fire station

消防隊員	เจ้าหน้าที่ดับเพลิง	fireman
消防服	ชุดดับเพลิง	fire protection clothing
消防隊	หน่วยดับเพลิง	fire brigade
消防龍頭	หัวส่งน้ำประปา	fire hydrant
消防車	รถดับเพลิง	fire control car
消防員	พนักงานดับเพลิง	fireman
消費者保護委員會辦公室	สำนักงานคณะกรรมการคุ้มครองผู้บริโภค	Office of the Consumer Protection Board
先皇技術學院 (吞武里)	มหาวิทยาลัยเทคโนโลยีพระจอมเกล้าธนบุรี	King Mongkut's University of Technology Thonburi
先皇技術大學 (北曼谷)	มหาวิทยาลัยเทคโนโลยีพระจอมเกล้าพระนครเหนือ	King Mongkut's University of Technology North Bangkok
先皇技術學院 (拉卡邦)	สถาบันเทคโนโลยีพระจอมเกล้าเจ้าคุณทหาร	King Mongkut's Institute of Technology Chaokuntaharn Ladkrabang

	ลาดกระบัง	
現場質詢	กระทู้ถามสด	verbal interprllation
現場勘查	การสืบสวนที่เกิดเหตุ	spot investigation
現有成員	สมาชิกเท่าที่มีอยู่	present members
巡邏	ลาดตระเวน	be on (police) patrol
巡洋艦	เรือลาดตระเวน	cruiser
巡邏兵	พลลาดตระเวน	patrol
巡邏艦	เรือยามฝั่ง	coast-guard boat
橡膠種植園機構	องค์การสวนยาง	Rubber Estate Organization
橡膠種植資助獎金辦公室	สำนักงานกองทุนสงเคราะห์การทำสวนยาง (สกย.)	Office of the Rubber Replanting Aid Fund
新聞情報司	กรมสารนิเทศ	Department of Information
新議題	เรื่องที่เสนอใหม่	New issues
學術研究廳	กรมวิชาการ	Department of Education Technique
凶器	อาวุธที่ใช้ก่อคดี	murder weapon
詢問表決意見	ถามมติ	ask the sitting to pass a resolution
席位	บัลลังก์	throne

宣誓	ปฏิญาณตน	make a solemn declaration
嫌疑犯	ผู้ต้องสงสัย	suspect
休會	พักการประชุมสภา	suspend the sitting
信任投票	ลงมติไว้วางใจ	vote of confidence
	ㄓ	
政府規章條例	กฎกระทรวง	ministerial regulation
政府規則	กฎข้อบังคับ	rule
(政)廳	กรม	Government department, bureau
政黨名單制選舉	การเลือกตั้งแบบบัญชีรายชื่อ	Part-list proportional representation
政治	การเมือง	politics
政令	พระราชกฤษฎีกา	royal decree
政黨	พรรคการเมือง	political party
政治家	นักการเมือง	politician
政治犯	นักโทษการเมือง	political prisoner
政策	นโยบาย	policy
政治難民	ผู้ลี้ภัยทางการเมือง	political refugee
政權	อำนาจรัฐ	political power

政府藥劑機構	องค์การเภสัชกรรม	the Government Pharmaceutical Organization
政府公報	ราชกิจจานุเบกษา	Government Gazette
政變	รัฐประหาร	coup d'etat
政府部門	หน่วยงานราชการ	government sector
政府彩票辦公室	สำนักงานสลากกินแบ่งรัฐบาล	The Government Lottery Office
政局	สถานการณ์การเมือง	political situation
政治家	รัฐบุรุษ	statesman
政治家的品行道德規範	มาตรฐานทางคุณธรรมและจริยธรรมของผู้ดำรงตำแหน่งทางการเมือง	moral and ethical standard of political office holder
政黨的成員/黨員	สมาชิกพรรคการเมือง	political perty member
政府	รัฐบาล	government
政體	ระบอบการ	regime

	ปกครอง	
制定法律	ตรากฎหมาย	enact a low
制定程序違憲	ตราขึ้นโดยไม่ถูกต้องตามบทบัญญัติแห่งรัฐธรรมนูญ	Be enacted contrary to the provisions of Constitution
制定條例	ตราพระราชบัญญัติ	be enacted as an Act
制止	ยับยั้ง	withhold
中央破產法院	ศาลล้มละลายกลาง	The Court Bankruptcy Court
中央稅務法庭	ศาลภาษีอากรกลาง	Central Tax Court
中央行政法院	ศาลปกครองกลาง	The Central Administrative Court
中央知識產權和國際貿易法院	ศาลทรัพย์สินทางปัญญาและการค้าระหว่างประเทศกลาง	The Central Intellectual Property and International Trade Court
中止會議	เลิกการประชุม	terminate the sitting

	สภา	
中央青少年與家庭法院	ศาลเยาวชนและครอบครัวกลาง	Central Juvenile and Family Court
中將	พลโท	lieutenant general
中校	พันโท	lieutenant Colonel
中央會計廳	กรมบัญชีกลาง	Comptroller General Department
中央政府	รัฐบาลกลาง	central government
中尉	ร้อยโท	lieutenant
忠實	ซื่อสัตย์สุจริต	fidelity
仲裁員	อนุญาโตตุลาการ	arbitrator
職業教育廳	กรมอาชีวศึกษา	Department of Vocational Education
職業訓練廳	กรมพัฒนาฝีมือแรงงาน	Department of Skill Development
職業教育為員會辦公室	สำนักงานคณะกรรมการการอาชีวศึกษา (สอศ.)	Office of Vocational Education Commission
專業教育廳/特別教育廳	กรมวิสามัญศึกษา	Secondary Education Department
專門委員會委員	กรรมาธิการ	member of the select committee

	วิสามัญ	
專門委員會	คณะกรรมธิการวิสามัญ	select committee
質詢	กระทู้ถาม	interprllation
眾議院秘書處	สำนักงานเลขาธิการสภาผู้แทนราษฎร	The Secretariat of the House of Representatives
終止會員資格	ขาดจากสมาชิกภาพ	termination of membership
重罪案件	คดีอุกฉกรรจ์	seriouse offense
站長	เจ้าหน้าที่สถานี (รถไฟ,รถโดยสาร)	station master
偵查人員	เจ้าหน้าที่สืบสวน	investigator
朱拉隆功大學	จุฬาลงกรณ์มหาวิทยาลัย	Chulalongkorn University
偵察機	เครื่องบินสอดแนม	reconnaissance plane
偵察衛星	ดาวเทียมสำรวจ	reconnaissance satellite
逐條討條款	พิจารณาเรียง	consider section by section

	ตามลำดับมาตรา	
照明燈	ไฟส่อง	jacklight
證據	หลักฐาน	evidence
指揮所	หน่วยบัญชาการ	commandstation
主權權利	อำนาจอธิปไตย	sovereign power
植物學機構	องค์การสวนพฤกษศาสต์	Queen Sirikit Botanic Garden
戰爭	สงคราม	war
政府彩票辦公室印刷廠	โรงพิมพ์สำนักงานสลากกินแบ่งรัฐบาล	The Government Lottery Office
召開國會會議	เรียกประชุมรัฐสภา	convoke the National Assembly
裝甲車	รถหุ้มเกราะ	armoured car
住宅贊助銀行	ธนาคารอาคารสงเคราะห์	Government Housing Bank
裝甲兵	ทหารยานเกราะ	tankman
炸彈	ลูกระเบิด	bomb
主席將於會議中宣布的事情	เรื่องที่ประธานจะแจ้งต่อที่ประชุม	matter of which the President Officer shall inform the sitting

證券交易所及證券管理委員會辦公室	สำนักงานคณะกรรมการกำกับหลักทรัพย์และตลาดหลักทรัพย์ (กลต.)	Securities and Exchange Commission
紙牌工廠(國稅廳)	โรงงานไพ่กรมสรรพสามิต	card factory
(職年限)屆滿	ถึงคราวออกตามอายุของสภา	expiration of the term
支持派	ฝ่ายสนับสนุน	supporting side
	ㄔ	
成立委員會	ตั้งคณะกรรมาธิการ	constitute the committee
成員資格	สมาชิกภาพ	membership
撤職	ถอดถอนออกจากตำแหน่ง	discharge from office
撤回職詢	ถอนกระทู้	withdraw the interpellation
撤回修正議案	ถอนคำแปรญัตติ	withdraw the amendment to the motion

撤回議案	ถอนญัตติ	withdraw the motion
常務次長辦公室	สำนักงานปลัดกระทรวง	Office of the Permanent Secretary
常務秘書長	ปลัดกระทรวง	Permanent Secretary
抽籤	จับสลาก	draw lots
出口促進廳	กรมส่งเสริมการส่งออก	Department of Export Promotion
傳喚	หมายเรียกตัว	summons
儲蓄銀行	ธนาคารออมสิน	Government Savings Bank
川登喜皇家大學	มหาวิทยาลัยราชภัฏสวนดุสิต	Suan Dusit Rajabhat University
重申/強調	ยืนยัน	reaffirm
處死	ประหารชีวิต	execute
ㄕ		
商業部	กระทรวงพาณิชย์ (พณ.)	Ministry of Commerce
商業法	กฎหมายการค้า	commercial law
商法	กฎหมายพาณิชย์	commercial law
商業註冊廳	กรมทะเบียน	Department of Commercial Registration

	การค้า	
商務展廳	กรมพัฒนาธุรกิจการค้า	Department of Business Development
商業部常務次長辦公室	สำนักงานปลัดกระทรวงพาณิชย์	Office of the Permanent Secretary of Ministry of Commerce
上議院的議事規定	ข้อบังคับการประชุมวุฒิสภา	rules of procedure of the Senate
上議院常務委員會	คณะกรรมธิการสามัญประจำวุฒิสภา	standing committee of senate
上議院會議	การประชุมวุฒิสภา	sitting of the Senate
上議院議長	ประธานวุฒิสภา	President of the Senate
上議院會議規定草案	ร่างข้อบังคับการประชุมวุฒิสภา	draft rules of procedure of the Senate
上議院議員/上議員	สมาชิกวุฒิสภา	senator
上議院秘書長	เลขาธิการวุฒิสภา	Secretariat Of The Senate
上議院主席秘書	เลขานุการประธานวุฒิสภา	Secretary to the President of the Senate

水上警察	ตำรวจน้ำ	water police
上士	สิบเอก	sergeant
上議院	วุฒิสภา	upper house
上議員	วุฒิสมาชิก	senator
上議院任期	อายุของวุฒิสภา	Senate tenure
上將	พลเอก	general
上校	พันเอก	Colonel
上尉	ร้อยเอก	Captain
少尉	ร้อยตรี	second lieutenant
上等兵	สิบตรี	lance corporal
上訴	ยื่นอุทธรณ์	appeal against
上議院副主席	รองประธานวุฒิสภา	Vice-President of the Senate
上訴法院	ศาลอุทธรณ์	court of appeal
水利廳	กรมชลประทาน	Department of Irrigation
水利資源廳	กรมทรัพยากรน้ำ	Department of Water Resource
水產廳/漁業廳	กรมประมง	Department of fisheries
世界糧食規劃署	โครงการอาหารโลก	World Food Programme (WFP)

世界貿易組織	องค์การการค้าโลก	World Trade Organization (WTO)
世界糧食理事會	สภาอาหารโลก	World Food Council (WFC)
世界大戰	สงครามโลก	world war
世界衛生組織	องค์การอนามัยโลก	World Health Organization (WHO)
世界銀行	ธนาคารโลก	World Bank
世界氣象組織	องค์การอุตุนิยมวิทยาโลก	World Meteorological Organization (WMO)
社會開發與福利廳	กรมพัฒนาสังคมและสวัสดิการ	Department of Social Development and Welfare
社會發展和人類安全部	กระทรวงการพัฒนาสังคมและความมั่นคงของมนุษย์(พม.)	Ministry of Social Development and Human Security
社區發展	การพัฒนาชุมชน	community development
社會發展和人類安全常務次長辦公室	สำนักงานปลัดกระทรวงการพัฒนาสังคมและ	Office of the Permanent Secretary of Social Development and Human Security

	ความมั่นคงของมนุษย์	
社會保險辦公室	สำนักงานประกันสังคม	Social Security Office
審核合作社財政廳	กรมตรวจบัญชีสหกรณ์	Cooperative Auditing Department
市政工程與城市規劃廳	กรมโยธาธิการและผังเมือง	Department of Public Works and Town & Country Planning
市政廳	ศาลากลางจังหวัด	city hall
市政警察	ตำรวจเทศกิจ	municipal police
稅務廳	กรมสรรพากร	Revenue Department
石油輸出國組織	กถุ่บประเทศผู้ส่งน้ำมันเป็นสินค้าออก	Organization of Petroleum Exporting Countries (OPEC)
師	กองพล	a division
屍體	ศพ	corpse
詩琳通人類學中心	ศูนย์มานุษยวิทยาสิรินธร	Princess Maha Chakri Sirindhorn Anthropology Centre
詩納卡寧威洛大學	มหาวิทยาลัยศรีนค	Srinakharinwirot University

	รินทรวิโรฒ	
失效	ตกไป	lapse
實際上的	พฤตินัย	factual sense
屬於政黨	สังกัดพรรค การเมือง	belong to a political party
樞密院	คณะองคมนตรี	Privy council
書面提案	ญัตติที่ต้องเสนอ เป็นหนังสือ	motion must be submitted in writing
手銬	กุญแจมือ	handcuff
手榴彈	ระเบิดมือ	hand grenade
首席檢察官	อัยการสูงสุด	the Attorney-Gernal
首都電力局	การไฟฟ้านคร หลวง	Metropolitan Electricity Authority
審訊	การสอบปากคำ	interrogate
少校	พันตรี	major
少將	พลตรี	major general
審訊	ไต่สวน	inquire
審判長辦公室	สำนักงานอธิบดีผู้ พิพากษา	Office Of the Chief Judge

說客	นักวิ่งเต้น	lobbyist
收賄	รับสินบน	receive bribes
水泵消防車	รถฉีดน้ำ	pumper
申報財產和債務清單	ยืนบัญชีแสดงรายการทรัพย์สินและหนี้สิน	submit an account showing particulars of assets and liabilities
Bangchak 石油公共有限公司 (大眾)	บริษัทบางจากปิโตเลียมจำกัด (มหาชน)	Bangchak Petroleum Public Co.,Ltd.
	ฮ	
人民反獨裁民主聯盟/紅杉軍	กลุ่มแนวร่วมประชาธิปไตยต่อต้านเผด็จการแห่งชาติ (กลุ่มเสื้อแดง)	National United Front of Democracy Against Dictatorship　(UDD)
人民民主聯盟/黃衫軍	กลุ่มพันธมิตรประชาชนเพื่อประชาธิปไตย (กลุ่มเสื้อเหลือง)	The People's Alliance for Democracy　(PAD)

人民	ประชาชน	people
人權	สิทธิมนุษยชน	human rights
任職年限	วาระการดำรงตำแหน่ง	term of office
任命	แต่งตั้ง	appoint
燃燒彈	ระเบิดเพลิง	incendiary bomb
	ア	
自然規律	กฎธรรมชาติ	natural law
自然資源和環境部	กระทรวงทรัพยากรธรรมชาติและสิ่งแวดล้อม (ทส.)	Ministry of Natural Resources and Environment
自然燃料廳	กรมเชื้อเพลิงธรรมชาติ	Department of Mineral Fuels
自然資源和環境政策及規劃辦公室	สำนักงานนโยบายและแผนทรัพยากรธรรมชาติและสิ่งแวดล้อม	Office of the Natural Resources and Environmental Policy and Planning
自然資源和環境部常務次長	สำนักงาน	Office of the Permanent Secretary of Natural

辦公室	ปลัดกระทรวง ทรัพยากรธรรมชาติและสิ่งแวดล้อม	Resources and Environment
自首	มอบตัว	surrender
宗教廳	กรมศาสนา	Department of Religious Affairs
宗教事務廳	กรมการศาสนา	Department of Religious Affairs
最高司令部	กองบัญชาการทหารสูงสุด	The Supreme Command Headquarters
最高法院院長	ประธานศาลฎีกา	President of the Supreme Court of Justice
最高行政法院院長	ประธานศาลปกครองสูงสุด	President of the Supreme Administrative Court
最高法院	ศาลฎีกา	Supreme Court
最高法院政治職務刑事案件處	ศาลฎีกาแผนกคดีอาญาของผู้ดำรงตำแหน่งทางการเมือง	Supreme Court of Justice's Criminal Division for Persons Holding Political Positions
資訊通信部	กระทรวงเทคโนโลยีสารสนเทศและการ	Ministry of Information and Communication Technology

	สื่อสาร (ทก.)	
資訊通信技術部常務次長辦公室	สำนักงานปลัดกระทรวงเทคโนโลยีสารสนเทศและการสื่อสาร	Office of the Permanent Secretary of Information and Community Technology
資產資本化辦公室	สำนักงานบริหารการแปลงสินทรัพย์เป็นทุน	Department of Lands Assets Capitalization Office
總警察官辦公室	สำนักงานอัยการสูงสุด	Office of the Attorney General
總警監	ผู้บัญชาการตำรวจแห่งชาติ	the Police Commissioner-General
總統	ประธานาธิบดี	president
總理	นายกรัฐมนตรี	Prime minister
總理辦公室的常任秘書處	สำนักงานปลัดสำนักนายกรัฐมนตรี	Office of the Permanent Secretary of Prime Ministry of
總理秘書處	สำนักเลขาธิการ	The Secretariat of the Prime Minister

	นายกรัฐมนตรี	
贊同	เห็นชอบ	assent
贊成會議報告	รับรองรายงานการประชุม	approve the minutes of the sitting
在委員會審查程序中	การพิจารณาในขั้นกรรมาธิการ	consideration at the committee stage
在政府公報申明	ประกาศในราชกิจจานุเบกษา	publish in the Government Gazette
做適當修改後參照使用	โดยอนุโลม	mutatis mutandis
作戰地圖	แผนที่ทหาร	operations map
坐牢	ติดคุก	imprison
1.增訂 2.修改	แก้ไขเพิ่มเติม	amend
資深委員	กรรมการผู้ทรงคุณวุฒิ	qualified member
災禍保險廳	สำนักงานคณะกรรมการกำกับและส่งเสริมการประกอบธุรกิจประกันภัย	Office of Insurance Commission

阻止	ระงับไป	suspend
暫停適用規定	งดใช้ข้อบังคับชั่วคราว	suspend temporarily the rules
罪狀	ข้อกล่าวหา	accusation
罪犯	อาชญากร	criminal
ㄘ		
財政廳	กรมธนารักษ์	Treasury Department
財政部	กระทรวงการคลัง (กค.)	Ministry of Finance
財政政策辦公室	สำนักงานเศรษฐกิจการคลัง	Fiscal Policy Office
財政部常務次長辦公室	สำนักงานปลัดกระทรวงการคลัง	Office of the Permanent Secretary of Ministry of Finance
財產來源不明	มีพฤติการณ์ร่ำรวยผิดปกติ	be under circumstance of unusual wealthiness
財產與債務清單	บัญชีแสดงรายการทรัพย์สินและหนี้สิน	account showing particulars of assets and liabilities
財政政策	นโยบายการคลัง	fiscal policy

財政年度	ปีงบประมาณ	fiscal year
參謀長	เสนาธิการ	chief of staff
參議院秘書處	สำนักงานเลขาธิการวุฒิสภา	The Secretariat of the Senate
參議	ที่ปรึกษา	counsel
村社發展廳	กรมพัฒนาชุมชน	Department of Village Development
催淚彈	ระเบิดน้ำตา	tear-gas bomb
測謊器	เครื่องจับเท็จ	loe detector
刺刀	ดาบปลายปืน	bayonet
	ㄙ	
私法	กฎหมายเอกชน	private law
私有化	การแปรรูปรัฐวิสาหกิจ	privatization
私立教育促進委員會辦公室	สำนักงานคณะกรรมการส่งเสริมการศึกษาเอกชน	Office of the Private Education Commission
司法部	กระทรวงยุติธรรม (ยธ.)	Ministry of Justice

司令部	กองบัญชาการ	military upper command
司法委員會辦公室	สำนักคณะกรรมการตุลาการศาลยุติธรรม	Office of the Judicial Commission
司法法院辦公室秘書長	เลขาธิการสำนักงานศาลยุติธรรม	the Secretary-General of the Office of the Judiciary
司法委員會	คณะกรรมการตุลาการศาลยุติธรรม (ก.ต.)	the judicial Commission of the Courts of justice
司法部常務次長辦公室	สำนักงานปลัดกระทรวงยุติธรรม	Office of the Permanent Secretary of Ministry of Justice
司令員	ผู้บัญชาการ	commandant
訴狀	คำฟ้องร้อง	indictment
訴訟	ดำเนินคดี	lawsuit
訴苦	ร้องทุกข์	grumble
素可泰探瑪提叻遠程教育大學	มหาวิทยาลัยสุโขทัยธรรมาธิราช	Sukhothai Thammathirat Open University

搜查證	หมายค้น	search warrant
森林工業機構	องค์การอุตสาหกรรมป่าไม้	The Forest Industry Organization
蘇拉娜麗科技大學	มหาวิทยาลัยเทคโนโลยีสุรนารี	Suranaree University of Technology
掃雷艇	เรือกวาดทุ่นระเบิด	minesweeper
死者	ผู้ตาย	the deceased
傘兵	พลร่ม	paratrooper
宋卡王子大學	มหาวิทยาลัยสงขลานครินทร์	Prince of Songkla University
	一	
醫務廳	กรมการแพทย์	Medical Department
醫學科學廳	กรมวิทยาศาสตร์การแพทย์	Department of Mediacl Science
有權聯合署名要求在上議院進行普通辯論	มีสิทธิเข้าชื่อขอเปิดอภิปรายทั่วไปในวุฒิสภา	have the right to submit a motion for a general debate in the Senate
有權聯名請求	มีสิทธิเข้าชื่อร้องขอ	have the right to lodge

有權聯名提議法律	มีสิทธิเข้าชื่อเสนอกฎหมาย	have the right to submit a petition to consider the law
有權聯名提意見	มีสิทธิเข้าชื่อเสนอความเห็น	have the right to submit an opinion
有權聯名提案	มีสิทธิเข้าชื่อเสนอญัตติ	have the right to submit a motion for a general debate in the Senate
有選舉權的人	ผู้มีสิทธิเลือกตั้ง	person having the right to vote at an election
有權參選的人	ผู้มีสิทธิสมัครรับเลือกตั้ง	person having the right to be a candidate in an election
亞太經濟合作會議	ความร่วมมือทางเศรษฐกิจในเอเชีย-แปซิฟิค (เอเปค)	Asia-Pacific Economic Cooperation(APEC)
亞歐合作框架	กรอบความร่วมมือเอเชีย-ยุโรป	Asia-Europe Cooperation Framework (AECF)
亞洲發展準備中心	ศูนย์เตรียมความพร้อมป้องกันภัยพิบัติแห่งเอเชีย	Asian Development Preparedness Center (ADPC)
議會監察官	ผู้ตรวจการแผ่นดิน	Ombudsmen

	ของรัฐสภา	
議決	ลงมติ	resolve
議案	ญัตติ	motion
依規定代行(職務)	รักษาการตามข้อบังคับ	have charge and control of the execution of the Rules
依條例代行(職務)	รักษาการตามพระราชบัญญัติ	have charge and control of the execution of the act
郵局	ที่ทำการไปรษณีย์	post office
郵電廳	กรมไปรษณีย์โทรเลข	Posts and Telegraph Department
郵遞員/郵差	บุรุษไปรษณีย์	postman
野戰軍	ทหารพราน	field army
野戰醫院	หน่วยพยาบาลสนาม	field hospital
遺囑	พินัยกรรม	testament
遺產	มรดก	heritage
以權謀私罪	กระทำความผิดฐานทุจริตต่อหน้าที่	commit an offence of corruption

儀仗隊	กองเกียรติยศ	honour guard
驗屍	การชันสูตรศพ	autopsy
鑰匙	กุญแจ	key
營	กองพัน	batta-loin
要求修訂憲法的議案	ญัตติขอแก้ไขเพิ่มเติมรัฐธรรมนูญ	motion for amendment of the Constitution
應征士兵	ทหารเกณฑ์	conscript
藝術廳	กรมศิลปากร	Department of Fine Arts
移民局	กรมตรวจคนเข้าเมือง	Immigration Bureau
游擊隊	หน่วยรบกองโจร	guerrillas
研究援助基金會辦公室	สำนักงานกองทุนสนับสนุนการวิจัย (สกว.)	The Thailand Research Fund
影子內閣	รัฐบาลเงา	shadow cabinet
印章	ประทับตรา	stamp
易三倉大學	มหาวิทยาลัยอัสสัมชัญ	Assumption University

一院體制	ระบบสภาเดียว	unicameral system
藝術大學	มหาวิทยาลัยศิลปากร	Silpakorn
ㄨ		
外交代表團	คณะผู้แทนทางการทูต	diplomatic mission
外交部	กระทรวงการต่างประเทศ (กต.)	Ministry of Foreign Affairs
外交官	นักการทูต	diplomat
外交部常務次長辦公室	สำนักงานปลัดกระทรวงการต่างประเทศ	Office of the Permanent Secretary of Ministry of Foreign Affairs
委託	มอบอำนาจ	authorize
委託書	หนังสือมอบอำนาจ	power of attorney
委員會	คณะกรรมธิการ	committee
委員會會議	การประชุมคณะกรรมาธิการ	meeting of the committee
委員會注意事項	ข้อสังเกตของคณะกรรมาธิการ	observation of the committee

委員會委員	กรรมาธิการ	member of the committee
委員會的報告	รายงานของ คณะกรรมาธิการ	report of the committee
委員會主席	ประธาน คณะกรรมาธิการ	Chairman of the committee
委員會秘書	เลขานุการ คณะกรรมาธิการ	Secretary of the Committee
委員會審核過 的事情	เรื่องที่ คณะกรรมาธิการ พิจารณาเสร็จแล้ว	matter of which the committees have finished the consideration
文化部	กระทรวง วัฒนธรรม (วธ.)	Ministry of Culture
文化部常務次 長辦公室	สำนักงาน ปลัดกระทรวง วัฒนธรรม	Office of the Permanent Secretary of Ministry of Culture
文官事務委員 會	สำนักงาน คณะกรรมการ ข้าราชการพล เรือน (ก.พ.)	Office of the civil service commission

衛生部常務次長辦公室	สำนักงานปลัดกระทรวงสาธารณสุข	Office of the Permanent Secretary of Ministry of Public Health
衛生部	กระทรวงสาธารณสุข (สธ.)	Ministry of Public Health
衛生廳	กรมอนามัย	Public Health Department
違反議事規定	ขัดข้อบังคับการประชุม	contrary to the rules of procedure
違反法律或憲法規定	ขัดต่อบทบัญญัติแห่งรัฐธรรมนูญหรือกฎหมาย	contrary to the provisions of the Constitution or law
違憲	ขัดหรือแย้งต่อรัฐธรรมนูญ	contrary to or inconsistent with the Constition
違反規定	ฝ่าฝืนข้อบังคับ	violate the Rules
違反憲法規定或法律	ฝ่าฝืนบทบัญญัติแห่งรัฐธรรมนูญหรือกฎหมาย	violate the provisions of the Constitution or law
汙染控制廳	กรมควบคุมมลพิษ	Pollution Control Department
汙水處理機構	องค์การจัดการน้ำ	Wastewater Management Authority

	เสีย	
無黨派候選人	ผู้สมัครรับเลือกตั้งอิสระ	independent candidate
無線電通信	วิทยุสื่อสาร	radio communication
無期徒刑	จำคุกตลอดชีวิต	life sentence
無法強制實行	ใช้บังคับมิได้	be unenforceable
武警	ตำรวจติดอาวุธ	armed police
物資廳/總務廳	กรมพัสดุ	Stores Department
萬國郵政聯盟	สหภาพไปรษณีย์สากล	Universal Postal Union (UPU)
	ㄩ	
運輸廳	กรมการขนส่ง	Department of Transport
運輸機	เครื่องบินลำเลียง	transport airplane
預防與肅毒委員會	คณะกรรมการป้องกันและปราบปรามยาเสพติด	The Narcotics Control Board
預防與肅毒委員會辦公室	สำนักงานคณะกรรมการ	Office of the Narcotics Control Board

	ป้องกันและ ปราบปรามยาเสพ ติด (ป.ป.ส.)	
預防與肅毒委 員會秘書長	เลขาธิการ คณะกรรมการ ป้องกันและ ปราบปรามยาเสพ ติด	the Secretary-General of the Narcotics Control Board
預算開支條例 草案	ร่าง พระราชบัญญัติ งบประมาณ รายจ่าย	annual appropriations bill
預算局	สำนักงบประมาณ	Bureau of the Budget
原告的律師	ทนายฝ่ายโจทก์	plaintiff's attorney
原告	โจทก์	plaintiff
原告	ผู้กล่าวหา	complainant
原則	หลักการ	principle
原則與理由	หลักการและ เหตุผล	Principle and Rationale

魚雷	ตอร์ปิโด	Torpedo
魚營銷組織	องค์การสะพานปลา	Fish Marketing Organization
運輸有限公司	บริษัทขนส่งจำกัด	The Transport Co.,Ltd.
運輸與交通政策和計畫辦公室	สำนักงานนโยบายและแผนการขนส่งและจราจร	Office of Transport and Traffic Policy and Planing
閱兵	เดินสวนสนาม	military review
越獄	แหกคุก	jailbreak
越獄	ผู้หลบหนี	breakout
獄卒	พัศดี	jailer
御林兵	ทหารรักษาพระองค์	King's bodyguard
雲梯消防車	รถยกบันได	aerial ladder fire truck
ㄡ		
歐洲聯盟	สหภาพยุโรป	European Union(EU)
ㄢ		
案件	คดีความ	law case

案由	มูลแห่งคดี	main points of a case
案情	รูปคดี	details of a case
暗鬥兵	พลรบ	combatant
暗害	ลอบทำร้าย	ambush
按照逐條	เรียงตามลำดับมาตรา	section by section

第四部份 中泰－商業詞彙

	ㄅ	
包	ห่อ	to cover, to wrap
包退包換	รับเปลี่ยนหรือคืน (สินค้า)	guarantee of refund or exchange
包工包料	รับเหมาทั้งค่าแรงและวัสดุ	contract for labour and materials
包工頭	ผู้รับเหมา	labor contractor
包裝	บรรจุหีบห่อ	package
包裝	หีบห่อ	package
包裝明細表	บัญชีรายการสินค้าที่บรรจุหีบห่อ	packing list
包租	เหมาเช่า	rent land or a house for subletting
保母	พี่เลี้ยงเด็ก	nanny
保單	ใบรับประกัน	guarantee slip
保留盈餘表	งบกำไรสะสม	statement of retained earnings
保護關稅	กำแพงภาษี	protective tariff
保價	ประกันราคา	price guarantee

保險	ประกันภัย	insurance
保險	การประกันภัย	insurance
保險費	ค่าประกันภัย	insurance cost
保險費	เบี้ยประกันภัย	insurance premium
保險單	กรมธรรม์ประกันภัย	insurance policy
保險箱	ตู้นิรภัย	safe
保險期	ระยะเวลารับประกัน	length of warranty
保險絲	ฟิวส์	fuse
保險業	อุตสาหกรรมประกันภัย	insurance industry
保險額	ยอดรับประกัน	amount insured
保修	รับประกันการซ่อม	guarantee
保修期	ช่วงเวลารับประกัน	guarantee period
保障	หลักประกัน	guarantee
保證	รับประกัน	guarantee
保證函	หนังสือรับรอง, หนังสือค้ำประกัน	letter of guarantee

保證金	เงินค้ำประกัน	cash deposit
保證金	มัดจำ	earnest
保證書	บัตรรับประกัน	certificate of guarantee
保證書	ใบรับรอง	certificate
保證人	คนค้ำประกัน	guarantor
保稅區	เขตฑัณฑ์บน	Duty free zone
保稅倉庫	คลังสินค้าทัณฑ์บน	bonded warehouse
保存	บันทึก	save
保安	พนักงานรักษาความปลอดภัย	security
飽和點	จุดอิ่มตัว	saturation point
報盤	ราคาที่เสนอ	offer
報到	รายงานตัว	register
報關	แจ้งเสียภาษีต่อศุลกากร	declare at customs
報關稅	มาตรการตอบโต้ทางภาษี	retaliatory tariff
報價	เสนอราคา	quote a price

報價單	ใบเสนอราคา	quotation
報警器	สัญญาณเตือนภัย	annunciator
報銷	ใช้ใบเสร็จรับเงินเพื่อเบิกค่าใช้จ่าย	apply for reimbursement
報銷費用	เบิกค่าใช้จ่าย	claim expenses
報紙	หนังสือพิมพ์	newspaper
報帳	แจ้งยอดบัญชี	submit an expense account
報帳	แสดงยอดบัญชี	render an account
報酬	ค่าตอบแทน	pay
報失	แจ้งความของหาย	report a loss
報社	สำนักหนังสือพิมพ์	newspaper office
報稅	แจ้งเสียภาษี	make a tax declaration
暴利	กำไรที่ได้มาโดยวิธีที่ไม่ถูกต้อง	enormouse profit
暴跌	ตกฮวบ	slump
暴漲	พุ่งขึ้นอย่างรวดเร็ว	rise suddenly and sharply
抱怨	ร้องเรียน	complain
抱歉	รู้สึกเสียใจ	sorry

罷工	การนัดหยุดงานประท้วง	strike
罷工	การประท้วงหยุดงาน	strike,walk off the job
罷工	หยุดงานประท้วง	strike
罷市	การปิดห้างร้านเพื่อประท้วง	shopkeeper's strike
搬運	ขนย้าย	transport
搬運費	ค่าขนย้ายสิ่งของ	removal expense
編輯	บรรณาธิการ	editor
編號	หมายเลขประจำผลิตภัณฑ์	serial number
邊境貿易	การค้าชายแดน	border trade
貶值	ลดค่าเงิน	devalue
變更	การเปลี่ยนแปลง	change
變相漲價	ขึ้นราคาแบบไม่โปร่งใส	raise price in disguised form
變壓器	เครื่องแปลงไฟ	transformer
變壓器	หม้อแปลง	transformer

便利	ความสะดวกสบาย	convenient
便利店	ร้านสะดวกซื้อ	convenience store
便路	ทางลัด	shortcut
本量利分析	การวิเคราะห์ต้นทุนปริมาณกำไร	cost volume profit analysis
本地	ท้องถิ่น	locality
本息	เงินต้นและดอกเบี้ย	principal and interest
比例	สัดส่วน	proportion
比率分析	การวิเคราะห์อัตราส่วนทางการเงิน	ratio analysis
比價	ราคาเปรียบเทียบ	price ratios
比值	เปรียบเทียบราคา	relative value
比索	เงินเปโซ	peso
筆記本電腦	คอมพิวเตอร์โน๊ตบุ๊ค	laptop computer
避稅	การหลบภาษี	tax avoidance

避稅	เลี่ยงภาษี	tax avoidance
閉幕	สิ้นสุดลง	the curtain falls
閉市	ปิดตลาด	to close the market
閉市價	ราคาปิดตลาด	closing price
標的	จุดมุ่งหมาย	target
標題	ช่าวพาดหัว	headline
標籤	ฉลากสินค้า	label, tag
標準	มาตรฐาน	standard
標準成本	ต้นทุนมาตรฐาน	standard costs
標書	เอกสารสำหรับการประมูล	bidding document
補給	จัดเสบียงให้	supply
補假	วันหยุดชดเชย	substitstion for
補償	ทดแทน	compensate
補償	ชดเชย	compensate
補償貿易	การค้าทดแทน	compensation trade
捕獲金	เงินรางวัล	prize money
步話機	วิทยุสนาม	walkie-talkie
不符規格	ผิดสเปค	spec mistake

不當	ไม่สมควร	inappropriate
不動產	อสังหาริมทรัพย์	real estate
不可抗力	เหตุสุดวิสัย	act of god
不合格	ไม่ได้มาตรฐาน	disqualification
不使用	ใช้งานผิดประเภท	unsuitable for use
不收費	ไม่คิดค่าใช้จ่าย	uncharged
不熟練	ไม่ชำนาญ	be unskilled
薄弱/不穩定	ไม่มั่นคง	unstable
布店	ร้านขายผ้า	cloth store
布局	วางครงสร้าง	design
部門	แผนก	department
部門	หน่วยงาน	sector
部件	ชิ้นส่วน	assembly
部件	อะไหล่	parts
部長	หัวหน้าแผนก	department director
部落格	บล็อก	blog
波動	ผันผวน	fluctuate
撥款	จัดสรรเงิน	allocate funds
播映	ถ่ายทอดสัญญาณ	air on TV

349

	ภาพ	
播音室	ห้องกระจายเสียง	broadcasting studio
播音員	โฆษก	announcer
玻璃工業	อุตสาหกรรมแก้ว	glass industry
玻璃器皿廠	โรงงานเครื่องแก้ว	glassware factory
玻璃廠	โรงงานทำกระจก	glass factory
博覽會	งานนิทรรศการ	fair
薄利多銷	กำไรน้อยแต่ยอดขายมาก	small profits but quick turnover
泊位	ท่าเทียบเรือขนาดใหญ่	mooring
備抵	ค่าเผื่อ	allowance(accounting sense)
備抵壞帳	ค่าเผื่อหนี้สูญ	allowance for bad debts
備案	ลงบันทึกไว้เป็นข้อมูล	put on records
備忘錄	บันทึกช่วยจำ	memo
備用金	ทุนสำรอง	reserve funds
背書支票	สลักหลังเช็ค	endorse a check
被凍結資本	ทุนนอน	frozen capital

班機,航班	เที่ยวบิน	flight
扳手	ประแจ/กุญแจปาก ตาย	spanner
版稅	ค่าลิขสิทธิ์ (เกี่ยวกับสิ่งพิมพ์)	royalty
版權	ลิขสิทธิ์	copyright
版權法	พระราชบัญญัติ ลิขสิทธิ์	copyright act
版權所有	สงวนลิขสิทธิ์	All Right Reserved
半價	ครึ่งราคา	half price
半成品	ผลิตภัณฑ์กึ่ง สำเร็จรูป	semi-manufactured goods
辦理	ดำเนินการ	handle
辦公室	สำนักงาน	office
百分比	อัตราส่วน เปรียบเทียบ (เปอร์เซ็นต์)	percentage
百分點	จุดทศนิยม	percentage point
拜年	อวยพรวันปีใหม่	wish a elderly person a Happy New Year

百貨大樓	ห้างสรรพสินค้า	departmant store
拜壽	อวยพรวันเกิด	congratulate an elderly person on his birthday
幫助	ช่วยเหลือ	assist
表格	ตาราง	table
表單/表格	แบบฟอร์ม	form
別客氣	ไม่ต้องเกรงใจ	Please dont's stand on ceremony
崩潰	พังทลาย	collapse
病假	ลาป่วย	sick leave
病毒	ไวรัส	virus
	ㄆ	
批發	ขายส่ง	wholesale
批發價	ราคาขายส่ง	wholesale price
批發商人	พ่อค้าขายส่ง	wholesaler
啤酒廠	โรงกลั่นเบียร์	brewery
啤酒釀造工業	อุตสาหกรรมเบียร์	brewing industry
疲軟	อ่อนค่า	slump
平刨機	เครื่องไส	planer
平均費用	ค่าใช้จ่าย โดยประมาณ	average expenses

平均利潤	กำไรเฉลี่ย	average profit
平均收款期	ระยะเวลาในการเก็บหนี้โดยเฉลี่ย	Average Collection Period
平均收益率	อัตราผลตอบแทนเฉลี่ย	Average Rate of Return
屏幕保護	ภาพพักหน้าจอ	screensaver
品質	คุณภาพสินค้า	goods quality
品質政策	นโยบายคุณภาพ	quality policy
品質手冊	คู่มือคณภาพ	quality manual
品質管理系統	ข้อกำหนดในระบบบริหารคุณภาพ	Quality Management System
拍賣	การขายทอดตลาด	auction
賠償	ชดใช้หนี้สิน	compensate
賠償金	ค่าสินไหมทดแทน	compensation
賠償損失	ชดใช้ค่าเสียหาย	compensate for a loss
培訓經理	ผู้จัดการแผนกฝึกอบรม	training manager
配額/定額	โควตา	quota

盤點/盤貨	เช็คสต็อก	check the stock
普通股	หุ้นสามัญ	common stock
普通車	รถไฟขบวน ธรรมดา	local train
普通汽油	น้ำมันเบนซิน ธรรมดา	regular-grade gasoline
普惠制	GSP(ระบบสิทธิ พิเศษทางภาษี ศุลกากรเป็นการ ทั่วไป)	Generalized System of Preference
牌子	ยี่ห้อ	brand
派出所	สถานีตำรวจย่อย	local police station
票面價格	ราคาพาร์	par value
便宜	ราคาถูก	inexpensive
破產/倒閉	ล้มละลาย	go bankrupt
拋棄責任	ละทิ้งหน้าที่	desert
跑道	ลานบิน	runway
泡沫經濟	เศรษฐกิจฟองสบู่	bubble economy
飄帶	สายรุ้งกระดาษ	streamer

票商	หีบใส่บัตรลงคะแนน	ballot box
ㄇ		
迷路	หลงทาง	got lost
秘書	เลขานุการ	secretary
密碼	รหัส	password
密碼	หมายเลขรหัส	password
免費	ฟรี, ให้เปล่า	free of charge
免費停車	จอดฟรี	free parking
免費通行	ไม่เก็บค่าผ่านทาง	toll free
免職	ปลดจากตำแหน่ง	depose
免稅	ยกเว้นภาษี	tax-exempt
免稅	ปลอดภาษี	tax-free
麵包房	ร้านเบเกอรี่	backery
麵包車	รถตู้	van
麵包師	คนขายขนมปัง	backer
麵粉廠	โรงงานผลิตแป้งหมี่	flour mill
面試	สอบสัมภาษณ์	interviewing

355

面試	สัมภาษณ์	interviewing
明天見	เจอกันพรุ่งนี้	See you tomorrow.
明信片	ไปรษณียบัตร	postcard
名牌	ป้ายชื่อ	nameplate
明細分類帳	สมุดบัญชีแยก ประเภทย่อย	subsidiary ledger
貿易壁壘	กำแพงกีดกันทาง การค้า	trade barrier
貿易平衡	ดุลการค้า	balance of trade
貿易談判	การเจรจาการค้า	trade negotiation
貿易逆差	ดุลการค้าขาดดุล	trade deficit
貿易協定	ข้อตกลงการค้า	trade agreemant
貿易協定	ข้อตกลงทางการ ค้า	trade agreemant
貿易順差	ดุลการค้าเกินดุล	trade surplus
毛利	กำไรขั้นต้น	gross profit
買	ซื้อ	buy
買進	ซื้อเข้า	buy in
買一送一	ซื้อ1แถม1	buy one get one

買價	ราคาซื้อ	buying price
買主	ผู้ซื้อ	buyer
賣	ขาย	sell
賣價	ราคาขาย	selling price
賣不掉的	ขายไม่ออก	unsaleable
賣光	ขายหมด	sold out
賣主	ผู้ขาย	seller
美聯儲	ธนาคารกลางสหรัฐอเมริกา	US Federal Reserve
美術設計雲	พนักงานออกแบบศิลป์	graphic designer
美容店	ร้านเสริมสวย	salon
美容院	ช่างเสริมสวย	beautician
美元	เงินดอลล่าร์สหรัฐ	U.S. dollars
美元	ดอลล่าร์สหรัฐ	U.S.dollar
每年的/年度的	ประจำปี	annual
每年收益	กำไรต่อปี	annual earning
目錄	แคตตาล็อก	catalogue
木匠	ช่างไม้	carpenter

木製品加工廠	โรงงานผลิตภัณฑ์ไม้	woodworking plant
木材工業	อุตสาหกรรมไม้	wood industry
目的地	จุดหมาย	destination
墓地	สุสาน	cemetery
滿座/客滿	ที่นั่งเต็ม	all seats taken
曼谷銀行	ธนาคารกรุงเทพ	Bangkok Bank
碼頭稅	ค่าท่าเรือ	wharfage
滅火機	ถังดับเพลิง	fire extinguisher
模特兒	นางแบบ, นายแบบ	model
模子	แม่พิมพ์	mold
摩托車	รถมอเตอร์ไซด์	motorcycle
末班車	รถไฟขบวนสุดท้าย	last train
煤氣工業	อุตสาหกรรมแก๊ส	gas industry
煤炭工業	อุตสาหกรรมถ่านหิน	coal industry
麻布袋廠	โรงงานทอกระสอบ	gunny-bag factory

沒關係	ไม่เป็นไร	It doesn't matter.
忙	ยุ่ง	busy
	ㄈ	
發票	บัญชีส่งของ	invoice
發票	ใบส่งของ	invoice
發明家	นักประดิษฐ์	inventor
發電機	เครื่องกำเนิด ไฟฟ้า/ไดนาโม	electric generator/dynamo
發動機	เครื่องยนต์	engine
發短信	ส่งข้อความ	send short message
發行	จัดจำหน่าย	distribution
發行人	ผู้แทนจำหน่าย	distributor
發貨單	ใบกำกับสินค้า	bill of goods
發傳真	ส่งโทรสาร	send a fax
發送	ส่ง	send
罰款	ค่าปรับ	fine
閥門	วาล์ว	valve
法律	กฎหมาย	law
法定假期	วันหยุดราชการ	official holiday

法定資本	ทุนจดทะเบียน	authorized capital
法律意義	นิตินัย	legal sense
法人	นิติบุคคล	juristic person
法院令狀	หมายศาล	court writ
封閉式基金	กองทุนปิด	closed-end fund
風險	ความเสี่ยง	risk
風險管理	การบริหารความเสี่ยง	risk management
風險投資	ความเสี่ยงในการลงทุน	risk investment
風險投資	ธุรกิจเงินร่วมลงทุน	venture capital
縫紉工	ช่างเย็บ	sewer
服兵役	เข้ารับราชการทหาร	military service
服裝店	ร้านขายเสื้อผ้า	clothes shop
服裝工業	อุตสาหกรรมเสื้อผ้า/สิ่งทอ	clothing industry
服裝設計師	ดีไซน์เนอร์	designer

服務費	ค่าธรรมเนียม	service charge
服務業	อุตสาหกรรมการบริการ	service industry
服務員	บริกร	serve
伏特計	โวลต์มิเตอร์	voltmeter
浮動匯率	อัตราแลกเปลี่ยนลอยตัว	floating exchange rate
付	ชำระ	to pay off debts
付利息	จ่ายดอกเบี้ย	payment of interest
付款	ชำระเงิน	payment
付款	ฝากเงิน	deposit
付款人	ผู้สั่งจ่าย	drawee
付款交單	การส่งมอบเอกสารแลกเปลี่ยนกับการชำระเงิน	document against payment
付現款	จ่ายเงินสด	pay by cash
付稅	ชำระภาษี	pay taxes
付錢	จ่ายเงิน	pay money
付款方式	วิธีชำระเงิน	payment method

附件	สิ่งที่แนบมาด้วย	anclosure
附簽	เซ็นต์ชื่อกำกับ	countersign
附屬公司	บริษัทในเครือ	affiliated company
複利	ดอกเบี้ยทบต้น	compound interest
負數	ตัวเลขติดลบ	negative number
負債/債務	หนี้	debt;liability
副課長	รองหัวหน้าหน่วย	vice section supervisor
副經理	รองผู้จัดการ	assistant manger
副總統	รองประธานกรรมการ	Vice Chairman
副駕駛員	ผู้ช่วยนักบิน	copilot
複雜	สลับซับซ้อน	complicate
分包人	ผู้รับจ้างช่วง	subcontractor
分批裝運	การทยอยส่งสินค้าบางส่วน	partial shipment
分娩	คลอดบุตร	childbirth
分店	สาขา	branch (of a shop)
分類帳	บัญชีแยกประเภท	ledger
分期付款	เงินผ่อน	an installment

分期付款	ผ่อนชำระเป็นงวด	installment
分期付款	แบ่งชำระเป็นงวดๆ	installment
飛機	เครื่องบิน	airplane
飛機票	ตั๋วเครื่องบิน	air ticket
飛機製造工業	อุตสาหกรรมเครื่องบิน	aircraft industry
非法	ผิดกฎหมาย	illegal
非吸菸車廂	โบกี้ปลอดบุหรี	non-smoking carriage
非賣品	ห้ามจำหน่าย	not for sale
費用	ค่าใช้จ่าย	expenses
費用表	ตารางค่าโดยสาร	table of charges
廢料價值	มูลค่าเศษซาก	Scrap value
方向	ทิศทาง	direction
方向盤	พวงมาลัย(รถ)	steering wheel
房契	โฉนดแสดงกรรมสิทธิ์บ้านและที่ดิน	title deed (for a house)
房地產市場	ตลาดอสังหาริมทรัพย์	real estate market

房艙	ห้องผู้โดยสาร	passenger's cabin in a ship
紡紗機	เครื่องปั่นฝ้าย	spinner
紡紗廠	โรงงานปั่นด้าย	spinning factory
紡織品	สิ่งทอ	textile, fabric
紡織業	อุตสาหกรรมสิ่งทอ	textile industry
紡織工業	อุตสาหกรรมสิ่งทอ	textile industry
放貸	ปล่อยกู้	loan
放單	วางบิล	bill
放棄權利	สละสิทธิ์	disclaim
翻譯家	นักแปล, ล่าม	translator
翻譯員	ล่าม	translator
反病毒軟體	ซอฟต์แวร์ป้องกันไวรัส	anti-virus
反污染工業	อุตสาหกรรมต้านมลพิษ	anti-pollution industry
犯法	ทำผิดกฎหมาย	violate the law
墳墓	หลุมศพ	grave

	ㄉ	
低息	ดอกเบี้ยต่ำ	low interest
低估	ประเมินค่าต่ำ เกินไป	underestimate
低質量	คุณภาพต่ำ	low-quality
低端市場	ตลาดระดับล่าง	low-end market
底價	ราคต่ำสุด	reserve price
底薪	เงินเดือนขั้นต่ำ	base salary
抵達	ถึงที่หมาย	arrive
抵債	การนำทรัพย์สินมา ชำระหนี้	pay a debt in kind
抵押	จำนอง	mortgage
抵押擔保	การนำทรัพย์สินมา จำนองค้ำประกัน เงินกู้	mortgage guarantee
抵達大廳	ห้องพักผู้โดยสาร ขาเข้า	Inbound Lounge
地方維護稅	ภาษีบำรุงท้องที่	local maintenance tax
地道	อุโมงค์	tunnel

地圖	แผนที่	map
地鐵	รถไฟใต้ดิน	subway
地價	ราคาที่ดิน	land price
地契	โฉนดที่ดิน	title deed
地質學家	นักธรณีวิทยา	geologist
地址	ที่อยู่	address
地板打蠟機	เครื่องขัดพื้น	floor polisher
單價	ราคาต่อหน่วย	price per unit
單証	เอกสารชี้แจงรายละเอียด	detail document
單程票	ตั๋วเที่ยวเดียว	one way ticket
單位利潤	กำไรต่อหน่วย	unit profit
單位信托	หน่วยลงทุน	Unit Trust
擔保品	หลักทรัพย์ค้ำประกัน	collateral
擔保人	ผู้ค้ำประกัน	surety
淡季	ช่วงโลว์ซีซั่น	low season
登廣告	ลงโฆษณา	advertise
登機牌	บัตรขึ้นเครื่อง	boarding pass

登記版稅	จดทะเบียนลิขสิทธิ์	registered copyright
登記專利	จดทะเบียนสิทธิบัตร	registered patent
登帳	ลงบัญชี	entry account
等級	เกรดสินค้า	grade
等一會兒/稍等一下	รอซักครู่	just a moment
等於	เท่ากับ	equal
呆帳/壞帳	หนี้สูญ	bad debt
呆帳/壞帳	หนี้เสีย	bad debt
呆帳準備金	ค่าเผื่อหนี้สงสัยจะสูญ	allowance for doubtful accounts
貸款	กู้เงิน	loan money
貸款	เงินเชื่อ	credit
貸款	เงินที่ให้กู้	loan
貸款	เงินกู้	a (monetary) loan
貸款本金	เงินต้น	principal of a loan
貸方票據	ใบลดหนี้	Credit Note (C/N)
貸款擔保	การประกันการกู้ยืม	loan guarantee

貸款利率	อัตราดอกเบี้ยเงินกู้	interest rate on a loan
貸款利息	ดอกเบี้ยเงินกู้	loan interest
逮捕證	หมายจับ	arrest warrant
帶動	ขับเคลื่อน	propel
代表	ผู้แทน	representative
代碼	รหัสย่อ	code
代理	ตัวแทน	agent
代理權	สิทธิการเป็นตัวแทนจำหน่าย	agency right
代理銀行	ธนาคารตัวแทน	correspondent bank
代銷商	พ่อค้าที่เป็นตัวแทนจำหน่าย	sales agency
獨立的非營利性組織	องค์กรไม่แสวงผลกำไร	independent non-profit organisation
獨家新聞	สกู๊ปข่าว	scoop
獨家銷售代理人	ตัวแทนจำหน่ายแต่ผู้เดียว	exclusive selling agent
獨資企業	กิจการเจ้าของคนเดียว	individual proprietorship

堵車/塞車	รถติด	traffic jam
刀具磨床	เครื่องลับคม	cutter grinding machine
導遊	มัคคุเทศก์, ไกด์	tour guide
倒閉	ปิดกิจการ	to close down
倒閉	เลิกกิจการเพราะขาดทุน	go out of business
道歉	ขอโทษ	apologize
道瓊指數	ดัชนีดาวโจนส์	Dow Jones Index
到達站	สถานีปลายทาง	destination station
到港通知	D/O(ใบสั่งปล่อยสินค้า)	Delivery Order
到岸價	CIF(ราคาสินค้าที่รวมค่าจัดส่งถึงผู้ซื้อและค่าประกันภัยสินค้าเสียหายในขณะขนส่ง)	cost, insurance, and freight
到岸價	ราคาสินค้าส่งถึงท่าเรือปลายทาง	CIF

到期	ครบกำหนด	become due
盜版	ละเมิดลิขสิทธิ์	pirate
打不通	โทรไม่ติด	line busy
打賭	เล่นการพนัน	bet
打電話	ต่อโทรศัพท์	to make a telephone call
打氣筒	เครื่องสูบลม	tyre pump
打折	ให้ส่วนลด	give a discount
打入市場	เจาะตลาด,เปิดตลาด	penetrate into the market
打字員	พนักงานพิมพ์ดีด	Typist
打印機	เครื่องปริ้นต์	printer
大批	จำนวนมากมาย	large quantity
大理石廠	โรงงานผลิตหินอ่อน	marble factory
大型	ขนาดใหญ่	large-size
大型車	รถยนต์ขนาดใหญ่	large car
大型企業	ธุรกิจขนาดใหญ่	large scale business
大眾傳播工具	สื่อสารมวลชน	mass media
大城銀行	ธนาคารกรุงศรี	Bank of Ayudhya

	อยุธยา	
兜售	เร่ขาย	hawk
當心滑跌	ระวังพื้นลื่น	beware slippery surface
當心碰頭	ระวังศรีษะ	beware overhead hazard
東道主	เจ้าภาพ	host
東協自由貿易區	เขตการค้าเสรีอาเซียน	ASEAN Free Trade Area
董事	กรรมการบริษัท	director
董事會	คณะกรรมการ	board of directors
董事長	ประธานกรรมการ	board chairman
董事總經理	กรรมการผู้จัดการใหญ่	president
凍結	อายัด	freeze
動員	ระดมกำลัง	mobilize
動工	เริ่มงาน	start construction
多媒體	มัลติมีเดีย	multimedia
多層次營銷	MLM(แผนการตลาดแบบหลายชั้น)	Muti Level Marketting

多少錢?	ราคาเท่าไหร่?	how much?
多層次營銷	ธุรกิจเครือข่าย	Network Marketing
堆土機	เครื่องปรับพื้นถนน	bulldozer
對策	มาตรการตอบโต้	countermeasure
對付支票	นำเช็คไปขึ้นเงินสด	cash a cheque
對外貿易	การค้าระหว่างประเทศ	foreign trade
對方付費電話	โทรศัพท์เก็บเงินปลายทาง	collect-call telephone
對外開放	นโยบายเปิดประเทศ	open to the outside world
兌換/換錢	แลกเปลี่ยนเงินตรา	exchange
兌換率	อัตราแลกเปลี่ยนเงิน	money exchange rate
兌現支票	เช็คเงินสด	cash cheque
舵	หางเสือ	rudder
噸	ตัน	ton
噸位	น้ำหนักระวางเรือ	tonnage

短缺	ขาดแคลน	lack of
短信	ข้อความสั้น	short message
斷路器	คัทเอาท์	cutout
訂票	จองตั๋ว	to issue tickets
訂單	ใบสั่งจอง	order form
訂購	สั่งจอง	to order
訂購單	ใบสั่งซื้อสินค้า	purchase order
訂貨	สั่งซื้อ	order goods
訂貨	สั่งสินค้า	place order for goods
訂製品	สินค้าสั่งทำพิเศษ	made to order
訂船位	จองที่บนเรือ (สำหรับผู้โดยสาร หรือสินค้า)	booking the shipping space
訂艙位	การจองที่ในเรือ บรรทุกสินค้า	book shipping space
定價	ตั้งราคา	set a price
定價	กำหนดราคา	pricing
定價	ราคาที่กำหนด	set a price
定期存款	ฝากประจำ	fixed deposit

定息	ดอกเบี้ยคงที่	fixed interest
定線	เงินมัดจำ	deposit
釘子	ตะปู	nail
墊付	สำรองจ่าย	pay for sb.And expect to be paid later
典當	จำนำ	pawn
典當行	โรงรับจำนำ	pawnshop
典禮	งานพิธี	ceremony
電表	แอมมิเตอร์	ammeter
電報	โทรเลข	telegram
電鍍工	ช่างชุบ	electroplter
電力工業	อุตสาหกรรมการผลิตไฟฟ้า	electric utility industry
電力工業	อุตสาหกรรมพลังงาน	power industry
電腦	คอมพิวเตอร์	computer
電腦程序員	โปรแกรมเมอร์	programmer
電工	ช่างไฟฟ้า	electrician
電話	โทรศัพท์	telephone
電話簿	สมุดโทรศัพท์	phone book

電話費	ค่าโทรศัพท์	telephone charge
電話卡	บัตรโทรศัพท์	phonecard
電話號碼	หมายเลขโทรศัพท์	telephone number
電話機	เครื่องโทรศัพท์	telephone
電話接線員	พนักงานรับ โทรศัพท์	telephone operator
電話線路	สายโทรศัพท์	telephone line
電話信號	สัญญาณโทรศพท์	telephone signal
電話總機	ชุมสายโทรศัพท์	telephone office
電器商店	ร้าน เครื่องใช้ไฟฟ้า	electric appliance shop
電器製造工業	อุตสาหกรรมไฟฟ้า	electric industry
電池	แบตเตอรี่	battery
電車	รถราง	tram
電錘鑽	สว่านโรตารี	rotary hammer drill
電視台	สถานีโทรทัศน์	television station
電郵地址	อีเมล์แอดเดรส	e-mail address
電網	ตาข่ายลวดไฟฟ้า	electric fence
電子台秤	เครื่องชั่งดิจิตอล	digital scale

電子工業	อุตสาหกรรมอิเล็คทรอนิค	electronic industry
電子卡	การ์ดอิเล็กทรอนิกส์	e-card
電子計算機工業	อุตสาหกรรมอิเล็คทรอนิคคอมพิวเตอร์	electronic computer industry
電子商務	ธุรกิจออนไลน์	E-commerce
電子郵件	อีเมล์	e-mail
雕刻師	ช่างแกะสลัก	engraver
店主	เจ้าของร้าน	shop owner
店員	พนักงานร้านค้า	shop assistant
店員	พนักงานประจำร้าน	shop assistant
調任	โยกย้าย (ตำแหน่งหน้าที่)	transfer
調查	สอบสวน	investigation
調查	ตรวจสอบ	investigate

	ㄊ	
提前	ล่วงหน้า	advance
提取現金	ถอนเงินสด	withdraw cash
提貨車	B/L(ใบตราส่งสินค้าทางเรือ)	Bill of Lading
提升職位	เลื่อนตำแหน่ง	get a promotion
提早	ก่อนกำหนด,ล่วงหน้า	shift to an earlier time
體育新聞	ข่าวกีฬา	sports news
天橋	สะพานลอย	overbridge
天然氣	ก๊าซธรรมชาติ	natural gas
天然氣汽車	ยานยนต์ที่ใช้ก๊าซธรรมชาติ (เอ็นจีวี)	natural gas vehicles
調撥	จัดสรร	allot
調幅	คลื่นวิทยุ AM	amplitude modulation;AM
調頻	คลื่นวิทยุ FM	freqeuncy modulation;FM
調整工資	ปรับเงินเดือน	adjust salaries
調整價格	ปรับราคา	adjust the price
調製解調器	โมเด็ม	modem

條件	เงื่อนไข	condition
停止	พักงาน	be suspended from job
停車	หยุดรถ	stop the car
停車場	ที่จอดรถ	car park
鐵道	รางรถไฟ	railway tracks
鐵匠	ช่างเหล็ก	blacksmith
鐵絲	เส้นลวด	iron wire
屠宰場	โรงฆ่าสัตว์	slaughterhouse
圖標	ไอคอน	icon
圖書出版業	อุตสาหกรรมหนังสือ	book industry
土產	ของพื้นเมือง	local product
土地稅	ภาษีที่ดิน	land tax
土木工程師	วิศวกรโยธา	civil engineer
囤積	กักตุน	hoard
推遲	ช้าไปจากกำหนดเดิม	potpone
推銷活動	กิจกรรมส่งเสริมการขาย	promotion

退股	การถอนหุ้น	stock withdrawal
退換	เปลี่ยนคืนสินค้า	exchange a purchase
退後	ถอยหลัง	go backward
退貨	คืนสินค้า	return goods
退休	ปลดเกษียณ	retirement
退休金	บำนาญ	old-age pension
退休金	เงินบำนาญ	retirement pay
退職金	บำเหน็จ	gratuity
退稅	ขอคืนภาษี	tax refund
團隊協作	การทำงานเป็นทีม	teamwork
脫銷 / 售完	สินค้าหมดสต็อค	sold out
托銷 /缺貨	หมดสต็อก	out of stock
脫手	ขายออก	out of hand
託收票據	ตั๋วเรียกเก็บ	Bill for Collection
拓展業務	ขยายธุรกิจ	expand business
統計學家	นักสถิติ	statistician
通信	ติดต่อทางจดหมาย	correspond
通信員	พนักงานส่งเอกสาร	company messenger

通訊衛星	ดาวเทียมสื่อสารทางไกล	communications satellite
通貨膨脹	เงินเฟ้อ	inflation
通知	แจ้งให้ทราบ	inform, notice
通融	ผ่อนผัน, ยืดหยุ่น	indulgent
童工	แรงงานเด็ก	child labour
塔台	หอบังคับการบิน	control tower
台式電腦 桌上型電腦	คอมพิวเตอร์ตั้งโต๊ะ	desktop computer
台灣新台幣	เงินดอลล่าร์ไต้หวัน	New Taiwan dollar
抬價	โก่งราคา	to raise the price
泰國工業聯盟	สภาอุตสาหกรรมแห่งประเทศไทย	The Federation of Thai Industries
泰國紅十字會	สภากาชาดไทย	The Thai Red Cross Society
泰國證卷交易所	ตลาดหลักทรัพย์แห่งประเทศไทย	the SET;Stock Exchange of Thailand
泰國商會	สภาหอการค้าแห่งประเทศไทย	The Thai Chamber of Commerce

泰國商業銀行	ธนาคารไทยพาณิชย์	Siam Commercial Bank
泰華農民銀行	ธนาคารกสิกรไทย	Kasikorn Bank
泰京銀行	ธนาคารกรุงไทย	Krungthai Bank
泰軍人銀行	ธนาคารทททารไทย	Thai Military Bank
泰銖	เงินบาท	Tahai Baht
泰銖的價值	ค่าเงินบาท	value of the Baht
太字節	เทราไบต์ (1024GB)	terabyte (TB)
陶瓷工業	อุตสาหกรรมกระเบื้อง	ceramic industry
逃生門	ประตูฉุกเฉิน	emergency exit
逃稅	หนีภาษี	evade taxes
討價還價	ต่อรองราคา	bargain
投標	ประมูล	enter a bid
投標	ยืนประกวดราคา	enter a bid
投票	ลงคะแนนเสียง	to vote
投資	การลงทุน	investment
投資	ลงทุน	to invest

投資基金的來源	แหล่งเงินทุน	source of investment funds
投資者	นักลงทุน	investor
投資銀行業	วาณิชธนกิจ	investment banking
投稿	ลงหนังสือพิมพ์	submission
投入資金	เงินลงทุน	invested funds
頭班車	รถไฟขบวนแรก	first train
頭等艙	ที่นั่งผู้โดยสารชั้นหนึ่ง	fire-class cabin
頭等車廂	โบกี้ชั้นหนึ่ง	saloon carriage
貪汙	คอร์รัปชั่น	corruption
談判	เจรจา	negotitate
坦克車	รถถัง	armored vehicle
碳酸鈣	แคลเชียมคาร์บอเนต	calcium carbonate
糖果店	ร้านขนม	candy shop
糖果工業	อุตสาหกรรมลูกกวาด	confectionery industry
糖廠	โรงงานน้ำตาล	sugar mill
鏜床	เครื่องคว้าน	boring machine

特快車	รถไฟขบวนด่วนพิเศษ	express train
特快傳遞	ไปรษณีย์ด่วนพิเศษ	express mail service(EMS)
特權	สิทธิพิเศษ	preferential
特寫	บทความพิเศษ	feature
特種日記帳	สมุดรายวันเฉพาะ	special journal
特殊價	ราคาพิเศษ	special piece
ㄋ		
泥水匠	ช่างปูน	mason
你好	สวัสดี	hello
您好	สวัสดี (ต่อผู้อาวุโส)	How do you do.
牛奶廠	โรงงานผลิตนม	milk factory
年底	ปลายปี	year-end
年度報告	รายงานประจำปี	annual report
年休假	ลาพักร้อนประจำปี	annual leave
年收益率	อัตรารายได้ต่อปี	income return
碾米廠	โรงสีข้าว	rice mill

釀酒廠	โรงกลั่นเหล้า	distillery
農貿市場	ตลาดพืชผลทางการเกษตร	farmers' market
農產品	สินค้าเกษตร	agricultural product
農業企業	อุตสาหกรรมการเกษตร	agricultural industry
女店員	พนักงานขายหญิง	saleswoman
女管家	แม่บ้าน	housekeeper
女商販	แม่ค้า	market woman
納稅	เสียภาษี	pay taxes
內部培訓	การจัดหลักสูตรฝึกอบรมในกิจการ	in-house training
內部溝通	การสื่อสารภายใน	internal communication
內部收益率	IRR(อัตราผลตอบแทนภายใน)	Internal Rate of Return
內部收益率	อัตราผลตอบแทนจากการลงทุน	internal rate of return
內存	หน่วยความจำ	memory

難以推銷	ขายยาก	difficult to push any sales
	น	
緊急出口	ทางออกฉุกเฉิน	emergency door

第五部分　中英泰日常泰語

身體　body　ร่างกาย		
中文	英文	泰文
身體	Body	ร่างกาย
眼睛	Eye	ตา
口	Mouth	ปาก
鼻	Nose	จมูก
腹部	Stomach	ท้อง
臉	Face	หน้า
膝蓋	Knee	หัวเข่า
腳趾	Toe	นิ้วเท้า
腳	Foot	เท้า
脛	Shin	แข้ง
腿	Leg	ขา
髖	Hip	สะโพก

肘	Elbow	ข้อศอก
頸	Neck	คอ
頭	Head	ศรีษะ
腋窩	Armpit	รักแร้
臂	Arm	แขน
手	Hand	มือ
臀	Bottom	ก้น
腿肚	Calf	น่อง
肩膀	Shoulder	หัวไหล่
背	Back	หลัง
耳廓	Auricle	ใบหู
頭髮	Hair	เส้นผม
手指	Finger	นิ้วมือ
動物 Animal สัตว์		
中文	英文	泰文
熊	Bear	หมี
象	Elephant	ช้าง
猴	Monkey	ลิง
虎	Tiger	เสือ

鱷魚	Crocodile	จระเข้
蝦	Prawn	กุ้ง
螃蟹	Crab	ปู
馬	Horse	ม้า
魚	Fish	ปลา
豬	Pig	หมู
鴨	Duck	เป็ด
兔	Rabbit	กระต่าย
貓頭鷹	Owl	นกฮูก
蛇	Snake	งู
狗	Dog	สุนัข
貓	Cat	แมว
鳥	Bird	นก
蜜蜂	Bee	ผึ้ง
蝴蝶	Butterfly	ผีเสื้อ
蚊子	Mosquito	ยุง
老鼠	Mouse	หนู
牛	Cow	วัว
水牛	Buffalo	ควาย

水果 fruit ผลไม้		
中文	英文	泰文
蘋果	Apple	แอปเปิ้ล
橘子	Orange	ส้ม
紅毛丹	Rambutan	เงาะ
芒果	Mango	มะม่วง
龍眼	Longan	ลำไย
棗	Jujube	พุทรา
波羅蜜	Jackfruit	ขนุน
波羅	Pineapple	สับปะรด
芭樂	Guava	ฝรั่ง
榴槤	Durian	ทุเรียน
釋迦	Sugar apple	น้อยหน่า
椰子	Coconut	มะพร้าว
柚子	Pomelo	ส้มโอ
楊桃	Star fruit	มะเฟือง
木瓜	Papaya	มะละกอ
蓮霧	Rose apple	ชมพู่
香蕉	Banana	กล้วย

山竹	Mangos teen	มังคุด
葡萄	Grape	องุ่น
西瓜	Watermelon	แตงโม
日/月 day/month วัน /เดือน/เวลา		
中文	英文	泰文
星期天	Sunday	วันอาทิตย์
星期一	Monday	วันจันทร์
星期二	Tuesday	วันอังคาร
星期三	Wednesday	วันพุธ
星期四	Thursday	วันพฤหัสบดี
星期五	Friday	วันศุกร์
星期六	Saturday	วันเสาร์
一月	January	มกราคม
二月	February	กุมภาพันธ์
三月	March	มีนาคม
四月	April	เมษายน
五月	May	พฤษภาคม
六月	June	มิถุนายน

七月	July	กรกฎาคม
八月	August	สิงหาคม
九月	September	กันยายน
十月	October	ตุลาคม
十一月	November	พฤศจิกายน
十二月	December	ธันวาคม

顏色　color　สี

中文	英文	泰文
色	Color	สี
粉紅色	Pink	สีชมพู
藍色	Blue	สีน้ำเงิน
紅色	Red	สีแดง
褐色	Brown	สีน้ำตาล
黃色	Yellow	สีเหลือง
紫色	Violet	สีม่วง
淡褐色	Light brown	สีน้ำตาลอ่อน
綠色	Green	สีเขียว
橘色	Orange	สีส้ม
白色	White	สีขาว

黑色	Black	สีดำ
灰色	Grey	สีเทา
形狀 shape **รูปทรง**		
球形	Circle	รูปทรงกลม
三角形	Triangle	รูปสามเหลี่ยม
正方形	Square	รูปสี่เหลี่ยมจัตุรัส
長方形	Rectangle	รูปสี่เหลี่ยมผืนผ้า
菱形	Diamond	รูปสี่เหลี่ยมขนมเปียกปูน
六角形	Hexagon	รูปหกเหลี่ยม
半圓形	Semicircle	รูปครึ่งวงกลม
橢圓形	Oval	รูปวงรี
圓錐形	Cone	รูปกรวย
線條	Line	เส้น
三角錐	Pyramid	รูปพีระมิด
星形	Star	รูปดาว
數字 Number **หมายเลข**		
中文	英文	泰文
數字	Number	หมายเลข

零	Zero	ศูนย์
一	One	หนึ่ง
二	Two	สอง
三	Three	สาม
四	Four	สี่
五	Five	ห้า
六	Six	หก
七	Seven	เจ็ด
八	Eight	แปด
九	Nine	เก้า
十	Ten	สิบ
十一	Eleven	สิบเอ็ด
十二	Twelve	สิบสอง
二十	Twenty	ยี่สิบ
二十一	Twenty one	ยี่สิบเอ็ด
三十	Thirty	สามสิบ
四十	Forty	สี่สิบ
五十	Fifty	ห้าสิบ
六十	Sixty	หกสิบ

一百	Hundred	หนึ่งร้อย
一千	One thousand	หนึ่งพัน
五千	Five thousand	ห้าพัน
萬	Ten thousand	หมื่น
十萬	One hundred thousand	แสน
百萬	Million	ล้าน
千萬	Ten million	สิบล้าน
一億	Hundred million	ร้อยล้าน
十億	Billion	พันล้าน
百億	Ten billion	หมื่นล้าน
千億	Hundred billion	แสนล้าน
一兆	Thousand billion	ล้านล้าน
職業 profession อาชีพ		
中文	英文	泰文
油漆工	Painter	ช่างทาสี
廚師	Cook	พ่อครัว
經理	Manager	ผู้จัดการ

歌手	Singer	นักร้อง
漁夫	Fisherman	ชาวประมง
軍人	Soldier	ทหาร
警察	Policeman	ตำรวจ
飛行員	Pilot	นักบิน
老師	Teacher	ครู
醫生	Doctor	แพทย์
南旺舞	Thai folk dance	รำวง
護士	Nurse	พยาบาล
農民	Farmer	ชาวนา
理髮師	Barber	ช่างตัดผม
畫家	Artist	ช่างศิลป์
裁縫師	Tailor	ช่างตัดเสื้อ
商人	Female merchant	แม่ค้า
女廚師	Female cook	แม่ครัว
郵差	Postman	บุรุษไปรษณีย์
音樂家	Musician	นักดนตรี
運動員	Athlete	นักกีฬา

家庭 family ครอบครัว		
中文	英文	泰文
爺爺	Grandpa	ปู่
外公	Grandpa	ตา
奶奶	Grandma	ย่า
外婆	Grandma	ยาย
爸爸	Father	พ่อ
媽媽	Mother	แม่
伯伯	Uncle	ลุง
姑姑	Aunt	ป้า
阿姨	Aunt	น้าสาว
舅舅	Uncle	น้าชาย
叔叔	Aunt	อา
哥	Elder brother	พี่ชาย
姊	Elder sister	พี่สาว
弟	Younger brother	น้องชาย
妹	Younger sister	น้องสาว
孩子	Children	ลูก
孫子	Grandchild	หลาน

朋友	Friend	เพื่อน
運動 sport กีฬา		
中文	英文	泰文
足球	Football	ฟุตบอล
籃球	Basketball	บาสเกตบอล
排球	Volleyball	วอลเลย์บอล
藤球	Takraw	ตะกร้อ
網球	Tennis	เทนนิส
羽毛球	Badminton	แบดมินตัน
柔道	Judo	ยูโด
游泳	Swim	ว่ายน้ำ
射擊	Shooting	ยิงปืน
帆船	Sailboat	เรือใบ
摔跤	Wrestling	มวยปล้ำ
業餘拳擊	Amateur boxing	มวยสากลสมัครเล่น
擊劍	Fence	ฟันดาบ
馬術	Ride a horse	ขี่ม้า

射箭	Archery	ยิงธนู
體操	Gymnastic	ยิมนาสติก
高爾夫球	Golf	กอล์ฟ
舉重	Weight lifting	ยกน้ำหนัก
田徑	Athlete	กรีฑา
接力賽	Relay race	วิ่งผลัด
跳遠	Long jump	กระโดดไกล
跳高	High jump	กระโดดสูง
鉛球	Shot-putting	ทุ่มน้ำหนัก

相反詞 contrary คำตรงกันข้าม

中	英	泰	中	英	泰
男	Man	ผู้ชาย	女	Woman	ผู้หญิง
男孩	Boy	เด็กชาย	女孩	Girl	เด็กหญิง
相同	Same	เหมือน	差異	Different	แตกต่าง
許可	Allow	อนุญาต	禁止	Disallow	ห้าม
多	A lot	มาก	少	Few	น้อย
開心	Happy	ดีใจ	傷心	Sad	เสียใจ
上	On	บน	下	Below	ล่าง
左	Left	ซ้าย	右	Right	ขวา

前	Front	ข้างหน้า	後	Back	ข้างหลัง
抓	Hold	จับ	放	Let	ปล่อย
生病	Sick	ป่วย	舒服	Fine	สบายดี
安全	Safe	ปลอดภัย	危險	Dangerous	อันตราย
高	High	สูง	低	Low	ต่ำ
胖	Fat	อ้วน	瘦	Thin	ผอม
乾淨	Clean	สะอาด	骯髒	Dirty	สกปรก
開	Open	เปิด	關	Close	ปิด
送	Send	ส่ง	接	Receive	รับ
濕	Wet	เปียก	乾	Dry	แห้ง
深	Deep	ลึก	淺	Shallow	ตื้น
重	Heavy	หนัก	輕	Light	เบา
軟	Soft	อ่อน	硬	Hard	แข็ง
平	Smooth	เรียบ	粗	Rough	ขรุขระ
銳利	Sharp	คม	鈍	Dull	ทื่อ
慢	Slow	ช้า	快	Fast	เร็ว
滿	Full	เต็ม	空	Empty	ว่างเปล่า
升	Up	ขึ้น	降	Fall	ตก
推	Push	ดัน	拉	Pull	ดึง

白天	Noon	กลางวัน	晚上	Night	กลางคืน
最初	First	แรก	最後	Last	สุดท้าย
聰明	Clever	ฉลาด	笨	Stupid	โง่
增加	Increase	เพิ่มขึ้น	減少	Decrease	ลดลง
問	Ask	ถาม	答	Answer	ตอบ
新	New	ใหม่	舊	Old	เก่า
安靜	Quiet	เงียบ	吵鬧	Loud	หนวกหู
清	Clear	ใส	濁	Dim	มัว
對	Right	ถูก	錯	Wrong	ผิด
溫	Warm	อุ่น	涼	Cold	เย็น
熱	Hot	ร้อน	涼	Cold	เย็น
大	Big	ใหญ่	小	Small	เล็ก
遠	Far	ไกล	近	Near	ใกล้
長	Long	ยาว	短	Short	สั้น
緊	Tight	แน่น	寬鬆	Loose	หลวม
裡面	In	ใน	外面	Outside	นอก
過去	Past	อดีต	將來	Future	อนาคต
現代	Modern	ทันสมัย	古老	Antique	โบราณ
年輕	Young	หนุ่มสาว	年老	Old	แก่

戰爭	War	สงคราม	和平	Peace	สันติภาพ
結婚	Marry	แต่งงาน	離婚	Divorce	หย่า
丟棄	Leave	ทอดทิ้ง	養育	Feed	เลี้ยงดู
哭	Cry	ร้องไห้	笑	Laugh	หัวเราะ
難	Difficult	ยาก	易	Easy	ง่าย
家庭主婦	Maid	แม่บ้าน	家庭主男	Butler	พ่อบ้าน

國家圖書館出版品預行編目資料

專業泰語常用 2000 字：法政、商政、生活 中泰 - 泰中雙向查詢
/ 洪銘謙主編 .-- 臺北市：易學網 , 2017.01
416 面；21×14.7 公分 . -- (前瞻東協系列叢書；2)
ISBN 978-986-89614-3-2（平裝）

1. 泰語 2. 詞彙

803.752   105025610

專業泰語常用 2000 字
法政、商政、生活 中泰 - 泰中雙向查詢

作　　　者：洪銘謙

編　　　輯：黃千華

封 面 設 計：林恆安

發　行　人：李三財

出　版　者：易學網有限公司

地　　　址：台北市中正區忠孝西路一段 50 號 16 樓之 14

電　　　話：（02）23700577　　　傳　真：（02）77253366

網　　　址：www.hk97.tw　　　E-mail：vtkbooks@gmail.com

訂 購 帳 戶：兆豐商業銀行 017 城中分行 01709-157172

戶　　　名：易學網有限公司

法 律 顧 問：瀛睿法律事務所　簡榮宗律師

印 刷 裝 訂：磐古印刷科技股份有限公司　傳　真：（02）22441828

總 經 銷：易學網有限公司　　　L I N E：0277250168

　　門　市：新北市永和區中正路 618 號一樓 (亞洲語文書店)

出 版 日 期：2017 年 1 月（第一刷）

定　　　價：380 元

I　S　B　N：978-986-89614-3-2